வாழ்க்கை எனும் மொழி விளையாட்டு

தமிழில் நவீனத் திறனாய்வுக் கோட்பாட்டு வாசிப்பு

இரா. வீரமணி

டிஸ்கவரி பப்ளிகேஷன்ஸ்

எண்: 9, பிளாட் எண்: 1080A, ரோஹிணி பிளாட்ஸ்
முனுசாமி சாலை, கே.கே.நகர் மேற்கு,
சென்னை - 600 078. பேச: 99404 46650

வெளியீட்டு எண்: 0439

வாழ்க்கை எனும் மொழி விளையாட்டு
ஆசிரியர்: இரா. வீரமணி©
Vazhkkai Enum Mozhi Vilaiyattu
Author: R.Veeramani©
Print in India
1st Edition : Feb - 2025
ISBN: 978-93-49113-35-0
Pages - 160
Rs. 200

Publisher • *Sales Rights*

Discovery Publications
No. 9, Plot,1080A, Rohini Flats,
Munusamy Salai,
K.K.Nagar West, Chennai - 78.
Tamilnadu, India.
Mobile: +91 99404 46650

Discovery Book Palace (P) Ltd
No. 1055-B, Munusamy Salai,
K.K.Nagar West,
Chennai-600 078.
Ph: (044) 4855 7525
Mobile: +91 87545 07070

discoverybookpalace@gmail.com / www.discoverybookpalace.com

இந்த நூலில் பிரசுரமாகியுள்ள எந்த ஒரு பகுதியையும் எழுத்துபூர்வமான முன்அனுமதி பெறாமல் எடுத்தாள்வதோ, மறுபிரசுரம் செய்வதோ, மொழியாக்கம் செய்வதோ, ஊடகங்களில் மறுபதிப்புச் செய்வதோ, காப்புரிமைச் சட்டப்படி தடை செய்யப்பட்டுள்ளது. இந்த நூலிலிருந்து சில பகுதிகளை மேற்கோள்காட்டி நூல்அறிமுகம் செய்யலாம்.

உங்கள் மொபைல் போனிலிருந்து ஸ்கேன் செய்து 'டிஸ்கவரி புக் பேலஸ்' மொபைல் ஆப்பை டவுன்லோடு செய்து, புத்தகங்களை வாங்குங்கள்.

எழுத்தறிவித்து, எழுதத் தூண்டிய அத்தனை
ஆசிரியப் பெருமக்களுக்கும்...

தேடலுக்காக...

- வாழ்த்துரை - பேரா. க.பஞ்சாங்கம் — 7
- தமிழ் அறிவுலகின் தற்கால அடையாளம் - பேரா. பா.இரவிக்குமார் — 8
- எதற்காக எழுதுகிறேன்? - என்னுரை — 13

1) தமிழ் இலக்கியத் திறனாய்வு வரலாற்று நூல்கள் : தேடல்களும் புரிதல்களும் — 25

2) தமிழில் நவீன இலக்கியத் திறனாய்வுச் செல்நெறிகளும் பண்பாட்டு மாற்றப் பின்புலங்களும் — 54

3) பௌத்த மார்க்சியப் பொருள்முதல்வாதச் சிந்தனைகள் : சில ஒப்பீடுகள் — 67

4) பட்டினத்தாரின் 'புலம்பல்' பாடல்களில் நிலையாமை : சமூகவியல் அணுகல் — 86

5) கி.ரா.வின் நாடகங்களில் பின்காலனித்துவக் கூறுகள் — 100

6) தன்னுறு வேட்கை கிழவன்முன் கிளத்தல் கிழத்திக்கு உண்டு – அ.வெண்ணிலாவின் 'இந்திர நீலம்' வெளிப்படுத்தும் பெண்மொழி — 110

7) தமிழ்ச் சூழலில் புலம்பெயர் இலக்கியத் திறனாய்வின் தேவையும் வரவும் — 122

8) தமிழில் திணைக் கோட்பாடும் சூழலியல் திறனாய்வும்: மரபும் நவீனமும் நிகழ்த்தும் வாழ்வியல் ஊடாட்டங்கள் — 137

வாழ்த்துரை

பேரா. க.பஞ்சாங்கம்,
மேனாள் பேராசிரியர்,
காஞ்சி மாமுனிவர் அரசு பட்ட
மேற்படிப்பு ஆய்வு நிறுவனம்,
புதுச்சேரி – 08.

துடிப்பும் ஆர்வமும் தவறில்லாத் தமிழும் கூடி வரும் இளம் ஆய்வாளர்களைக் காண நேரும்போதெல்லாம் நான் பெரிதும் களிப்பில் மூழ்கிவிடுவேன். காரணம், இன்றைய தமிழ் ஆய்வுலகில் அத்தகையவர்கள் காணக் கிடைக்காத அரிய பொருளாகத் தென்படுகிறார்கள் என்பதுதான். அப்படி ஓர் ஆய்வாளர் புதுவைப் பல்கலைக்கழகத்தில் என் இனிய நண்பர் பா.இரவிக்குமார் மேற்பார்வையில் ஆய்வை நிகழ்த்தி வரும் வீரமணி ஆவார். அவருடைய இந்தக் கட்டுரைகளில் ஓர் ஆய்வாளர்க்கு இருக்க வேண்டிய பரந்த வாசிப்பும் கூர்மையான பார்வையும் புதிய கோட்பாடுகளின் தெளிவும் கச்சிதமான வடிவ அமைப்பும் புலப்படுவதை அணுக்கமான வாசகர்கள் கண்டு கொள்ளலாம். அவரின் இந்த ஆய்வு முயற்சிகள் மேலும் மேலும் வளர்ந்து சிறப்புற வாழ்த்துகிறேன். வணங்குகிறேன்.

29.12.2024
(நேரம் : காலை 4 மணி)
சிங்கப்பூர்

பெருகும் அன்புடன்
க.பஞ்சாங்கம்
drpanju49@yahoo.co.in

தமிழ் அறிவுலகின் தற்கால அடையாளம்

பேரா. பா. இரவிக்குமார்
சுப்பிரமணிய பாரதியார் தமிழியற்புலம்,
புதுவைப் பல்கலைக்கழகம்,
புதுச்சேரி – 14.

பா.செயப்பிரகாசத்தின் விரல்களைக் கொண்டு, இதை எழுத வேண்டியுள்ளது. பா.செ.வின் மனம் கொண்டும். பாட்டாளி வர்க்கத்திற்காக நாளும் நாளும் உழைத்த பா.செயப்பிரகாசத்திற்கு வேறு என்ன செய்துவிடமுடியும்? புதுவைப் பல்கலைக்கழகத்திற்குத் திடீரென்று ஒரு நாள், ஒரு மாணவனுடன் பா.செ வந்து நிற்பார் என்பதை நான் எதிர்பார்க்கவில்லை. வீரமணியை அவர் அறிமுகப்படுத்திய விதம், தொனி, எல்லாம் கண்ணில் நிற்கின்றன. 'ஒரு ஜெருசலேம்' எழுதிய ஒரு மகத்தான படைப்பாளி, ஒரு மாணவனைப் பல்கலைக்கழகத்தில் சேர்க்க என்ன பாடுபட்டார் என்பதைத் தமிழ் இலக்கிய உலகம் அறியாது. வீரமணியைப் பார்த்துக்கொள்வது என்னுடைய பொறுப்பு என்று உறுதியளித்தேன். முதுகலை மாணவராகப் பல்கலைக்கழகத்தில் நுழைந்த வீரமணி, இன்று முனைவர் பட்ட ஆய்வாளராக வளர்ந்திருக்கிறார். அவருடைய படிப்பும், உழைப்பும், நேர்மையும் அவரை வளர்த்துக் கொண்டிருக்கின்றன. இன்று வீரமணிக்குச் சங்க இலக்கியம், பக்தி இலக்கியம், நவீன இலக்கியம், இந்திய இலக்கியம், உலக இலக்கியம், இலக்கியத் திறனாய்வுக் கோட்பாடுகள் என்று அத்தனை பற்றியும் தெரியும். வறுமையும் கிராமமும் மட்டுமே பரிச்சயமாகக்கொண்டிருந்த ஓர் இளைஞர், திறனாய்வின் அனைத்துக் கதவுகளையும் திறந்துகொண்டிருக்கிறார். மார்க்சியத்தைத் தன் வாழ்வியலாகவே கொண்டு வாழ்ந்து வருவதை

எண்ணி ஒரு நெறியாளராகப் பெருமிதம் கொள்கிறேன். 'வாழ்க்கை எனும் மொழி விளையாட்டு' என்று தன் நூலுக்கு அவர் பெயர் சூட்டும்போது, பேரா.க.பஞ்சாங்கத்தின் வேர் எங்கெல்லாம் கிளை பரப்பிக்கொண்டிருக்கிறது என்பதை அறிந்துகொள்ள முடிகிறது.

ழாக் தெரிதா, ழாக் லக்கான், டெர்ரி ஈகிள்டன், மிஷல் ஃபூக்கோ போன்ற திறனாய்வாளர்களை வாசித்துப் புரிந்து கொண்டுள்ள வீரமணி, தன்னை மட்டும் வளர்த்துக் கொள்ளவில்லை. தான் பயின்ற பல்கலைக்கழகத்திற்கும், கற்றுக் கொடுத்த பேராசிரியர்களுக்கும் பெருமை சேர்த்துக் கொடுத்திருக்கிறார். கோட்பாடு, என்றாலே காததூரத்திற்கு ஓடும் பேராசிரியர்களுக்கு நடுவில், கோட்பாட்டு வாசிப்பை முன்னிலைப்படுத்தும் வீரமணி, இன்று தமிழ் அறிவுலகின் அமைதியான, ஆழமான அடையாளம்.

இலக்கியத் திறனாய்வு வரலாறு, பௌத்த – மார்க்சியப் பொருள்முதல்வாதச் சிந்தனைகள், பட்டினத்தார், கி.ரா., அ.வெண்ணிலா, புலம்பெயர் இலக்கியத் திறனாய்வு, திணைக் கோட்பாடு - சூழலியல் திறனாய்வு முதலியவற்றில் வீரமணி ஆழங்கால்பட்டிருக்கிறார் என்பதை இந்நூலில் உள்ள கட்டுரைகள் உணர்த்துகின்றன. பரந்த வாசிப்பும் தேடலுமின்றி இக்கட்டுரைகள் சாத்தியமில்லை. வீரமணிக்கு மரபிலக்கியங்கள் மீது ஆழ்ந்த பரிச்சயம் இருக்கிறது. நவீன இலக்கிய வாசிப்பும் அவருடைய தேடலை முழுமைப்படுத்தியுள்ளது. இந்தியத் தத்துவ வரலாற்றிலும் ஆழமான ஈடுபாடு இருக்கிறது. மார்க்சிய வாசிப்புப் பின்புலமும் இருப்பதால், இலக்கியத்தையும் வாழ்க்கையையும் எத்தகைய நிலைப்பாட்டிலிருந்து அணுகுவது என்பதையும் உணர்ந்து கொண்டுள்ளார். அனைத்திற்கும் மேலாக, திறனாய்வுக் கோட்பாடுகளைக் க.பஞ்சாங்கம், தமிழவன், க.பூரணச்சந்திரன், தி.சு.நடராசன் போன்றோரிடமிருந்து கற்றுக்கொண்டு, பொறுமையாகப் பனுவல்களை அணுகுகிறார். தமிழ் மொழியையும் அதன் இலக்கியங்களையும் மேலோட்டமாக அணுகாமல் அவற்றை ஆழமாக அணுக இத்தகைய கோட்பாட்டு அணுகுமுறைகள் தேவை. 'தமிழில் திணைக் கோட்பாடும் சூழலியல் திறனாய்வும் – மரபும் நவீனமும் நிகழ்த்தும் வாழ்வியல் ஊடாட்டங்கள்' என்னும் கட்டுரையை வீரமணியின் ஆழ்ந்த தேடலுக்குச் சான்றாகக் குறிப்பிடுவேன். இலக்கியம், வரலாறு, தத்துவம், பண்பாடு,

உலகமயமாக்கல், வாழ்க்கையின் முரண்கள் ஆகியன யாவும் பின்னிப் பிணைந்த கட்டுரை. முனைவர் பட்ட ஆய்வின் கனதியைச் சுமந்த கட்டுரை. சூழலியல் திறனாய்வு, சூழலியப் பெண்ணியம், பண்பாட்டுச் சூழலியல் முதலியவற்றை விளக்கி, நவீன மனிதனின் நெருக்கடிகளை இன்றைய உலகமயமாதலின் பின்புலத்தில் ஆழமாக விளக்கியுள்ளார். உலகின் எந்தவோர் உயிரியும் அதனதன் வாழ்தல் தன்மைகளோடு இயல்பாக வாழவேண்டியவையே என்கிற நோக்குடையதாகச் சூழலியல் தன்னை அறிவித்துக் கொண்டாலும், மனித வாழ்க்கை இன்னும் இயங்கிக் கொண்டிருப்பதால், நாம் முடிவுகளுக்குள் தாவக்கூடாது என்பதில் கவனமாக இருக்கிறார் வீரமணி. அதிகாரத்துவக் கருத்துருவைப் புரிந்துகொள்ளச் சூழலியல் எவ்வாறு உதவும் என்பதையும் இக்கட்டுரையில் பதிவு செய்துள்ளார். இத்தகைய அறிவுத் தேடலும், பக்குவமும் ஓர் ஆய்வாளரின் இன்றைய தேவை. கல்விப்புலம் சார்ந்த பலரிடம் இவை இல்லை என்பது கசப்பான உண்மை.

'பௌத்த – மார்க்சியப் பொருள்முதல்வாதச் சிந்தனைகள் – சில ஒப்பீடுகள்' என்னும் கட்டுரையைப் படித்துப் பார்த்து, இந்த நிமிடம் வரை பிரமிப்பிற்குள் ஆழ்ந்திருக்கிறேன். தொல்காப்பியர் தத்துவத்தைக் குறிக்க 'காட்சி' என்ற சொல்லினைக் கையாண்டுள்ளார் எனப் பேரா.நிர்மல் செல்வமணி குறிப்பிடுவதைக் கவனமாகப் பதிவு செய்துள்ளார் வீரமணி. தமிழில் தத்துவங்களின் வரலாற்றைச் சுருக்கமாக விளக்கிவிட்டு, கருத்துமுதல்வாதம், பொருள்முதல்வாதம் முதலியவற்றை விளக்குகிறார். தேவிபிரசாத் சட்டோபாத்யாவின் வாசிப்பில், வர்ணாசிரம பேதத்திற்கு மூல ஊற்று, வேத மரபுதான் என்பதையும், அதன் தத்துவப் பின்புலத்தையும் விளக்கும் வீரமணி, பகுத்தறிவுவாதத்தின் நவீன அடையாளங்களாக, அம்பேத்கர், அயோத்திதாசர், பெரியார் போன்றவர்களைக் குறிப்பிட்டுள்ளார். பௌத்த மதத்தின் பொருள்முதல்வாதச் சிந்தனைகளையும், மார்க்சியப் பொருள்முதல்வாதச் சிந்தனைகளையும் இக்கட்டுரையில் விவரிப்பதுடன், அவை வேறுபடும் புள்ளிகளையும் கட்டுரையின் இறுதியில் தொகுத்தளித்துள்ளார். சமூக நலத்தை நாடியதில், பௌத்தமும் மார்க்சியமும் ஒரு புள்ளியில் சந்தித்தாலும், பௌத்தம் தனிமனித அறத்தை நாடியது என்பதையும், மார்க்சியம் ஒட்டுமொத்த மக்களின் அறத்தை நாடியதையும் வீரமணி இனங்கண்டுள்ளார்.

வில்லியம் ஹெகல், லூட்விக் பாயர்பாக் போன்ற மார்க்சியப் பொருள்முதல்வாத முன்னோடிகளைக் குறித்துப் பேசியிருப்பது, வீரமணியின் பரந்த வாசிப்பிற்குச் சான்று. விருதுகளையும் வேலைகளையும் மட்டுமே குறியாகக்கொண்டு படிக்கும் ஆய்வாளர்களும், அதேபோல் சிறுபத்திரிகைத் தளத்தில் தீவிரமாக இயங்கும் இளைஞர்களும் வீரமணி எத்தகைய தளத்தில் ஆய்வினை மேற்கொண்டுள்ளார் என்பதைக் கவனிக்கவேண்டும். வீரமணியின் ஆய்வுக் கட்டுரைகள்கூடச் சமூகத் தளத்தில், உழைக்கும் மக்களின் வாழ்வியலை மையமாகக்கொண்டு அமைந்துள்ளது. தன்னை முன்னிலைப்படுத்தாமல் இவ்வாறு இயங்கக்கூடிய இளைஞர்கள் தமிழ்ச் சூழலில் குறைவு. நீட்சே, மார்ட்டின் ஹைடெக்கர், மார்ட்டின் ப்யூபர், பாஸ்க்கால், காம்யூ, சார்த்தர் குறித்தெல்லாம் தன் 'எக்சிஸ்டென்ஷியலிசம்' என்னும் நூலில் விரிவாக எழுதிய எஸ்.வி.ராஜதுரையை வீரமணி ஆழமாக வாசிக்கும்போது, அவருடைய தேடல் இன்னும் விரிவடையும் என்று நம்புகிறேன்.

இலக்கியத் திறனாய்வு வரலாற்று நூல்கள் குறித்தும், பண்பாட்டு மாற்றப் பின்புலங்கள் குறித்தும் வீரமணி எழுதியதில் எனக்கு வியப்பில்லை. அது அவருடைய ஆய்வின் ஒரு பகுதி. ஆனால், பட்டினத்தாரின் 'புலம்பல்' பாடல்களில் உள்ள நிலையாமை குறித்து, சமூகவியல் நோக்கில் விளக்கியிருக்கும் கட்டுரை வியப்பிற்குரியது. நவீன இலக்கிய வாசிப்பில் ஆழங்கால்பட்ட வீரமணி, பட்டினத்தாரை வாசிப்பது மகிழ்ச்சியளிக்கிறது.

> "உள்ளவன் கொடுத்தால் சமூகம் சமன்பெறும் என நம்பினார். ஆனால், சமூகத்தின் சமநிலையைப் பேண, மண், பொன், பெண் ஆகியவற்றின் பற்றினை அறுக்க வேண்டும் என்பதில் பட்டினத்தாருக்கும் சமூகத்திற்கும் இடையே முரண் இருப்பதாகவே தெரிகிறது. அதற்கு அவர்தம் தத்துவச்சார்பு காரணமாக இருந்திருக்கலாம்" (ப.97)

என்று கூறுகிறார். பட்டினத்தாரின் நிலையாமை குறித்த பாடல்களின் கருத்துகளை மட்டும் தொகுத்துக் கூறாமல், அவற்றின் சமூகப் பின்புலத்தை ஆராய்ந்திருப்பது சிறப்பு.

கி.ராஜநாராயணன் 'முரண்பாடுகள்' என்னும் தலைப்பில் நாடகம் ஒன்றை எழுதியிருக்கிறார் என்பதே பலருக்குத் தெரியாது.

பேசப்படாதவற்றையும் பேசவைப்பது திறனாய்வின் அடிப்படை. இந்நாடகத்தில் வெளிப்பட்டிருக்கும் பின்காலனித்துவக் கூறுகளை வீரமணி ஆராய்ந்திருக்கும் விதம் அலாதியானது. வீரமணியின் தனித்துவத்தைப் புரிந்துகொள்வதற்கு இந்தக் கட்டுரையையும் வாசகர்கள் ஆழ்ந்து வாசிக்கவேண்டும். கி.ரா.வின் மொழிநடை எளிமையானதாக இருந்தாலும், தன் பிரதியில் கி.ரா. எவ்வாறு விளிம்புநிலை மனிதர்களின் சார்பாகப் பேசியுள்ளார் என்பதையும் வீரமணி ஆராய்ந்துள்ளார்.

அ.வெண்ணிலாவின் 'இந்திர நீலம்' வெளிப்படுத்தும் பெண்மொழி, தமிழ்ச் சூழலில் புலம்பெயர் இலக்கியத் திறனாய்வின் தேவை ஆகிய கட்டுரைகள் வீரமணியின் நவீன இலக்கிய வாசிப்பிற்குச் சான்றாக அமைபவை.

மரபு இலக்கியம், நவீன இலக்கியம், திறனாய்வுக் கோட்பாடுகள், வரலாறு, தத்துவம் ஆகிய பல்வேறு துறைகளில் புரிதலுடன் இயங்கிக்கொண்டிருக்கும் வீரமணியின் முதல் நூலே சாதனையாக அமைந்துவிட்டதில் மீண்டும் பெருமிதம் கொள்கிறேன்.

பா.செயப்பிரகாசம் அடிப்படையில் சமூகச் செயற்பாட்டாளர். இலக்கியவாதி. வீரமணியின் வடிவத்தில் இன்றும் அவர் வாழ்ந்து கொண்டிருக்கிறார் ஒரு திறனாய்வாளராக.

இந்த வாழ்க்கை எந்த அளவு இன்பங்களால், துன்பங்களால் நிறைந்ததோ அந்த அளவு தியாகங்களாலும் நிறைந்தது. அதனைப் புரிந்துகொண்டு வீரமணி தொடர்ந்து இயங்கவேண்டும்.

பா. செயப்பிரகாசம் என்னிடத்தில் வீரமணியை ஒப்படைத்தார்; வீரமணியிடம் அவருடைய எழுதுகோலை.

எழுதுகோல் தெய்வம்...!

புதுவை
25.12.2024

அன்புடன்
பா. இரவிக்குமார்
paa.ravikumar1@gmail.com

எதற்காக எழுதுகிறேன்?

எதற்காக உண்டி? எதற்காக உடை? எதற்காக உறையுள்? எதற்காக நிரந்தர வேலை? எதற்காகப் பொருள்? எதற்காக நற்பெயர்? அன்பு..? பொய்..? ஏமாற்று..? போலி..? கோபம்..? துயரம்..? மகிழ்ச்சி..? சிரிப்பு..? அழுகை..? கட்டக்கடைசியாக எதற்காக இந்த வாழ்க்கை? இப்படி ஒவ்வொன்றாகக் கேட்டுக்கொண்டே போனால், அதனதற்கு ஒரு காரண காரியத்துடனான விடைகளைத் தேடலாம். ஒரு கணம் மௌனம் காத்துக் கண்மூடி எண்ணிப் பார்த்தால், கணம் கணம் பிடித்த மாதிரியான வாழ்க்கை வாழ்தலையே நோக்கமாகக் கொண்டுவிட்டு, சில கணம்கூட அப்படி வாழாமல் போய்க்கொண்டிருக்கிற இந்த மானுட வாழ்வின் அவலத்தை என்னவென்று சொல்வது? இந்த வாழ்க்கையின் எல்லைவரை இம்மாதிரியான கேள்விகளுக்கான விடைகளைத் தேடத்தானா பிறந்திருக்கிறோம்? எனக் கேட்கத் தோன்றுகிறது. எல்லோருக்கும் இக்கேள்விக்கான காரண காரிய விடைகள் மாறுபடலாம். ஆனால், கேள்விகள் மாற வாய்ப்பில்லை. இப்படியாக, 'எதற்காக எழுதுகிறேன்?' என்கிற கேள்விக்கான எனது விடையைத் தேடத் துவங்கியிருக்கிறேன்.

இந்நூலுக்குள் இருக்கும் கட்டுரைகள் பற்றியோ, அவை எழுதப்பட்ட சூழல்கள் பற்றியோ இங்கு விவரிக்கப் போவதில்லை. வெவ்வேறு தருணங்களில் அவை எழுதப்பட்டவை என்பதை மட்டும் சொல்லிக்கொள்ள விரும்புகிறேன். எனவே, அவற்றுக்குள் ஒருபடித்தான ஆய்வுத் தரத்தையோ, ஒரே மாதிரியான மொழிநடையையோ, ஒரே பொருண்மையிலான விவரிப்பையோ எதிர்பார்க்க வேண்டாமென வாசகராகிய உங்களிடம் எமது பொறுப்புத் துறப்பினை அறிவித்துவிடுகிறேன். இன்னும் ஆய்வுப்

பூர்வமாக எழுத வேண்டிய களங்கள் நிறைய உள்ளன என்பதையும் அறிவேன். எனவே, இந்நூலின் போதாமைகளைச் சுட்டிக்காட்டும் கடமையை உங்களிடம் விட்டுவிடுகிறேன்.

மாறாக, மேலே எழுப்பிய கேள்விக்கான எனது விடையை உங்களிடம் பகிர்ந்துகொள்ளலாம் என நினைக்கிறேன். அந்த வகையில், என் வாழ்க்கைப் பயணத்தில் என்னை மொழிக் கல்வியின் மீது ஈடுபடுத்திய ஆசிரியர்களை நினைவுகூர்வது இவ்விடத்தில் உத்தமமாக இருக்கும் எனக் கருதுகிறேன். உயர்நிலைக் கல்வி இறுதித் தேர்வில் (பத்தாம் வகுப்பு) பள்ளியிலேயே முதலிடம் பிடித்ததைவிட, அத்தேர்வில் தமிழ்ப் பாடத்தில் 98 மதிப்பெண்கள் (நூற்றுக்கு நூறு போடக்கூடாது என்பது மொழிப்பாடத்தில் எழுதப்படாத விதிமுறை. இப்போது அப்படி இல்லை.) எடுத்ததை நினைத்துப் பள்ளிப் பருவத்தில் உளம் நெகிழ்ந்தேன். காரணம், என் தமிழ்க் கல்விக்கு ஊற்றுக்கண்ணாக அமைந்த விழிமலர்களற்ற என் தமிழாசிரியையான திருமிகு. பூமலர் அம்மாவுக்குப் பள்ளியிலும் அவர்தம் அர்ப்பணிப்பு மிக்க தமிழ்ப் பற்றுக்கும் பெருமை ஈட்டித் தந்தேன். இதனை இப்போது நினைத்தாலும் மனக்கூட்டுக்குள் பசுமை நிழலாடுகிறது. அவர் அப்பள்ளிக்குப் பணியில் சேர்ந்து வெகுசில காலத்திலேயே அவருக்கு அப்படியொரு பெருமை வந்தடையும் என்று யாரும் எதிர்பார்க்கவில்லை. பத்தாம் வகுப்புத் தேர்ச்சிக்குப் பிறகு, சிற்றூரிலிருந்து நகரம் நோக்கிய பயணத்தை மேனிலைக் கல்வியிலேயே தொடங்கிவிட்டேன். இந்தப் பயணத்தைத் தொடங்கி வைத்தவர், இன்று அரசுப் பள்ளியில் தமிழ் ஆசிரியையாக விளங்கிக்கொண்டிருக்கும் திருமதி. பரிமளாதேவி அக்கா. "நடிகர் சூர்யா நடத்தும் 'அகரம்' நிறுவனத்தின் மூலம் கல்வி உதவித்தொகை பெற்றுக்கொள்ளலாம். எதைப் பற்றியும் கவலைப்படாதே. நீ நகரத்திற்குப் போய் படிடா" என்று ஆற்றுப்படுத்தியவர் அவர். அப்படியேதும் உதவித்தொகை பின்னாட்களில் பெறவில்லை. என்றாலும், அந்த வார்த்தைகள் என்னை ஊக்கப்படுத்தின. நகரம் நோக்கிப் புறப்பட்டேன்.

நான் வசிக்கும் சிற்றூரான மல்லப்பள்ளியிலிருந்து சுமார் 14 கி.மீ. தொலைவில் திருப்பத்தூர் நகரம் அமைந்துள்ளது. இன்றைக்குத் தனி மாவட்டமாக மாறிவிட்டது. எங்கள் பகுதிக்கு

வெகு அருகில் அமைந்துள்ள, எங்களின் யாவற்றுக்குமான தேவைகளைப் பூர்த்தி செய்துகொள்ள அணுகும் சரணாலயம், அந்நகரம். அந்தவகையில், கல்வித் தேவைக்காக, திருப்பத்தூர் தோமினிக் சாவியோ மேனிலைப் பள்ளியில் சேரும் வாய்ப்புக் கிடைத்தது. அங்குதான் மற்றுமொரு தமிழ் ஆளுமையைக் கண்டேன். 'ஆசிரியர்' என்று சொல்வதைக் காட்டிலும் 'ஆளுமை' என்று சொல்லுவதற்குப் பொருத்தமானவர். 'இதயக்கனி' என மாணவர்களால் கொண்டாடப்படும் திருமிகு. இதயகுமார் ஐயா, நான் எப்போதும் என் மனதுக்குள் நெருக்கமாக உணரும் நபர். பொதுவாக, கத்தோலிக்கக் கல்வி நிறுவனங்களில் சில புதுமையான விழுமிய நடைமுறைகள் பின்பற்றப்படும். நான் பயின்ற பள்ளியில், எல்லா வகுப்புகளுக்கும் (அரசுப் பொதுத் தேர்வுக்குத் தயாராகும் 10, 12ஆம் வகுப்புகள் உட்பட) முதல் மணி வகுப்புக் கட்டாயம் 'அறநெறிக் கல்வி' (Value Education) பாடம்தான் இருக்கும். 'Ethics Period' என்றாலே எங்கள் மனதில் இதயகுமார் ஐயாவின் சொற்சித்திரத்தின் வழியாக எந்த ஆளுமை இன்று வகுப்புக்குள் பிரவேசிக்கப்போகிறார் என்றுதான் ஆர்வம் மேலிடும்.

தமிழாசிரியராக இருந்தாலும் அறநெறிக் கல்வியையும் ஊன்றிப் பேசுவார். ஒரு பக்கம் திருவள்ளுவர், மறுபக்கம் எம்.ஜி.ஆர். என்று பேசத் தொடங்கி ஜூலியஸ் ஸீசர், அலெக்ஸாண்டர், சாக்ரடீஸ், அடால்ஃப் ஹிட்லர், சார்லி சாப்ளின், ஜென்னி மார்க்ஸ், அன்னை தெரசா, சிவாஜி கணேசன், கண்ணதாசன் உள்ளிட்ட எண்ணற்றவர்களின் ஆளுமைகளை வகுப்புகள் தோறும் சொல்லிக்கொண்டிருப்பார். அவர் உச்சரிக்கப்போகும் அடுத்த வார்த்தைக்காக அவர் வாயையே பார்த்துக் கொண்டிருப்போம். அறநெறி வகுப்புக்கே இப்படியெனில், தமிழ் வகுப்பிற்குச் சொல்லவே வேண்டாம். சிலப்பதிகாரத்தின் 'ஊர்சூழ் வரி' பாடத்திட்டத்தில் இருந்தது. அப்பகுதியை அவர் நடத்தும்போது, கண்ணகி, கோவலனின் பிண்டத்தைத் ஆரத் தழுவிப் புலம்பும் துயரத்தை எங்கள் சின்னஞ்சிறு இதயத்துக்குள் ஏற்றிவிடுவார். பால்யப் பருவத்தின் துடுக்குத்தனத்தோடு எப்போதும் மகிழ்வாகச் சுற்றித் திரியும் மாணவர்களாகிய நாங்கள், உணர்வு மேலிட்டு அழுத கணங்களும் உண்டு. இளங்கோ ஏன் இப்படியொரு விதியைக் கண்ணகிக்கு ஏற்படுத்தினான் என நான் எண்ணிக் கொண்டதுண்டு.

மேனிலைக் கல்வி முடித்து, எந்த முதன்மைப் பாடத்தைத் தெரிவு செய்வது என்று திசையற்றுத் திரிந்த காலத்தில், பதினோராம் வகுப்பில் கணிதம் கற்பித்த எனது பெருமதிப்பிற்குரிய யூதா ததேயூ ஸார் சொன்ன வார்த்தைகள்தான், தமிழ்க் கல்வியின் பக்கம் என்னை ஆற்றுப்படுத்தியிருக்கிறது. 'முகவரி' என்கிற பெயரில் காலையும் மாலையும் தனிவகுப்புகள் எடுப்பார். இதனால் கணிதப் பாடத்தில் பின்தங்கிய மாணவர்கள் பெற்ற பலன்கள் ஏராளம். அதில் நானும் ஒருவன். தனது துறையை அறிவுறுத்தாது, வேலை வாய்ப்பை நோக்கி எமது வாழ்க்கையைத் திசைமாற்றி, பகுத்தறிவுக் கண்ணோட்டத்துடன் ஒடுக்கப்பட்டோர் நலனை நோக்கி என்னைச் சிந்திக்கவும் செயல்படவும் தூண்டிய அவரை இந்தத் தருணத்தில் நன்றியோடு நினைவுகூர்கிறேன். "டி.என்.பி.எஸ்.சி.க்குள்ள போகணும்னா தமிழ் எடுத்துப் படி... 100 கேள்விகள் தமிழ்ப் பாடத்திலிருந்துதான் வருது... தமிழ் படிச்சா அரசுத் துறைகள் எதிர்கால வாய்ப்பிருக்கு... இல்லைன்னா ஹான்ட்லூமிங் டெக்னாலஜி படி... சுயதொழில் சார்ந்த பாடங்களை எடு..." என்று தெரிவுகளை என் முன்னர் போட்டார். தமிழ் என்னை இழுத்துக் கொண்டது. டி.என்.பி.எஸ்.சி.க்காகத் தமிழ் படிக்க விருப்பமில்லை. அப்படியென்றால், இளங்கலையோடு படிப்பை என்றோ நிறுத்திக்கொண்டிருப்பேன். தமிழ்ப் படித்ததின் வரமா? சாபமா? எனத் தெரியவில்லை. தொடர்ந்து தமிழ்ப் பயிலவும் தெரியாததைக் கற்றுக்கொள்வதிலும், தெரிந்ததைப் பிறருக்குப் பகிர்வதிலும் உள்ள அலாதி இதுவரை வேறு எதிலும் எனக்குக் கிட்டவில்லை. இப்படியான அலாதிக்கு ஒருவகைக் காரணம், எமக்கு இளங்கலையில் பயிற்றுவித்த பேராசிரியர்களே என்பேன்.

திருப்பத்தூர், தூய நெஞ்சக் கல்லூரியில் இளங்கலைத் தமிழ்ப் பாடத்தில் இணைந்த இரண்டாம் தலைமுறை மாணவர்களுள் நானும் ஒருவன். தமிழ்க் கற்பிக்கும் பேராசிரியராக, சுழற்சி-2இன் தமிழ்த்துறைத் தலைவராக இருந்தும், "ஆயிரத்துக்கு மேல மதிப்பெண் எடுத்துட்டு ஏன் தமிழ்ப் படிக்கணுங்குற... கம்ப்யூட்டர் சயின்ஸ், கெமிஸ்டிரி, ஃபிசிக்ஸ் மாதிரியான டிகிரி எடுத்துப் படிக்கலாமில்லையா?" என்று முதல் சந்திப்பில் அறிவுறுத்தினார். பதிலுரைக்காமல் அவர் முகத்தையே பார்த்துக்கொண்டிருந்தேன். தமிழைத் தவிர வேறு எந்தப் பாடம் எடுக்கவும் மனத்துக்குள்

விருப்பமில்லை. சில நிமிடங்களுக்குப் பிறகு, தமிழ் இலக்கியத்தைத்தான் (இளங்கலைத் தமிழ்) முதன்மைப் பாடமாகத் தெரிவு செய்ய விரும்புவதாகச் சொன்னவுடன் முகமலர்ச்சியோடு எம் பாதைக்கான நுழைவாயிலைத் திறந்துவைத்த அன்பிற்கினிய பேராசிரியர் முனைவர் பி.பாலசுப்பிரமணியன் அவர்கள் இன்றுவரை செய்துவரும் உதவிகளை நன்றியோடு மனக் கண்களில் ஓட்டிப் பார்க்கிறேன். இன்றைக்கு என் முனைவர் பட்ட ஆய்வுப் பகுதியாக விளங்கும் 'திறனாய்வுச் செல்நெறிகள்' குறித்த பார்வைக்கு உந்து சக்தியாக விளங்கியவர். எனது வாழ்வின் பல நெருக்கடிகளில் இருந்து என்னை மீட்டெடுத்துக்கொள்ள உறுதுணையாக இருந்து வருகிறார்.

சுழற்சி ஒன்றில் இருந்தாலும், மெல்லிய குரலில் அறஇலக்கியம் பயிற்றுவித்த, மேனாள் துறைத்தலைவர் பொன்.செல்வக்குமார் ஐயா, தமிழோடு நாடகக் கலையுணர்வை எம்முள் வளர்த்தெடுத்துக் கொள்ள 'மாற்று நாடக இயக்கம்' வாயிலாக வாய்ப்பளித்த முனைவர் கி.பார்த்திபராஜா ஐயா, கல்வெட்டியல், தொல்லியல் சார்ந்த நோக்குகளை வளர்த்தெடுத்த முனைவர் க. மோகன்காந்தி ஐயா, தமிழ்க் கற்கும் மாணவர்களுக்கு 'சிக்மண்ட் ஃப்ராய்ட்', 'மாஸ்லோ' போன்றோரின் கோட்பாட்டுகளை அறிமுகம் செய்த நட்பிற்கினிய முனைவர் சு.சிவசந்திரகுமார் ஐயா, பாடத்திட்டத்தோடு வாழ்வியல் விழுமியங்களைக் கற்றுக்கொடுக்கும் முனைவர் ம.சரளாதேவி அம்மா, ரோஸ் அம்மா, "டேய் கண்ணா... டேய் ராஜா..." என்ற அன்பு கலந்த மிரட்டல்களைத் தாண்டி எந்தக் கடுஞ்சொல்லையும் வகுப்பறையில் ஒருபோதும் பயன்படுத்தாத முனைவர் சு.அம்பேத்கர் ஐயா, தண்டியலங்கார வகுப்பில் பலவித சிலாகிப்புகளுடன் அணிகளைப் பயிற்றுவித்த தி.அ.இரமேஷ் ஐயா, எங்கு சந்தித்தாலும் 'டேய் ஆதாம்...' என்று என்னை அன்பொழுக வழங்கும் முனைவர் க.அன்பரசு ஐயா, இன்றைக்குக் கணிப்பொறியைத் துணிச்சலோடு கையாளும் பழக்கத்தை ஏற்படுத்திய 'கணினித் தமிழ்' பாடத்திற்கான ஆசிரியர் முனைவர் ந.சோழன் ஐயா, எப்போதும் மாணவர்களை வாழ்வாதாரத்தை நோக்கி நகர அறிவுறுத்தும் முனைவர் இரா.சங்கர் ஐயா, இசைத் தமிழை வகுப்பில் கொணரும் முனைவர் வெ.சாக்கன் ஐயா, வகுப்புகளில் பின்நவீனத்துவ, பின் அமைப்பிய உரையாடல்களை

முன்வைக்கும் முனைவர் ஆ.சந்திரன் ஐயா, முனைவர் ஆ.முத்தையன் ஐயா உள்ளிட்ட இன்னும் பெயர் சொல்லிக் குறிப்பிட விரும்பும் பலரும் ஊட்டிய உரம் எம்மை வளர்த்தெடுத்தது. வேறுவகையில் சொல்வதென்றால், மத்தியப் பல்கலைக்கழகங்களான ஜவகர்லால் நேரு பல்கலைக்கழகம், புதுவைப் பல்கலைக்கழகம், மாநிலப் பல்கலைக்கழகங்களான சென்னைப் பல்கலைக்கழகம், மதுரை காமராசர் பல்கலைக்கழகம், வேலூர் திருவள்ளுவர் பல்கலைக்கழகம், கோவை பாரதியார் பல்கலைக்கழகம், திருச்சி பாரதிதாசன் பல்கலைக்கழகம், ஆந்திரா திராவிடப் பல்கலைக்கழகம் முதலான வெவ்வேறு பல்கலைக்கழகப் பாரம்பரியம்கொண்ட பேராசிரியர்களிடம் பாடம் கேட்டிருக்கிறேன்.

இப்படியான சூழலில் வளர்ந்தவனுக்கு, அடுத்த நகர்வு புதுச்சேரியை நோக்கி இருந்தது. சொந்த ஊரை விட்டு, தெரிந்த நகரைவிட்டு, அறியாத ஒரு பிராந்தியத்திற்கு வந்து சேர்ந்தேன். என்றைக்கு வந்து சேர்ந்தேனோ அன்றிலிருந்து இன்றும் அம்மண்ணை விட்டு அகல முடியவில்லை. கரிசல் எழுத்தாளராக அறியப்படும் தோழர் பா.செயப்பிரகாசம் ஐயா அவர்கள் தந்த அடைக்கலத்துடன் புதுவைப் பல்கலைக்கழகச் சுப்பிரமணிய பாரதியார் தமிழியற்புலத்தில் முதுகலைத் தமிழ்ப் பயில இணைந்தேன். இன்று அதே இடத்தில் முனைவர் பட்டமும் மேற்கொண்டு வருகிறேன். பா.செ. இல்லையென்றால், நான் இப்போது, இப்படி, இந்நூலைப் பற்றி இங்கு எழுதிக் கொண்டிருக்கக்கூட வாய்ப்பில்லை. என் வாழ்வின் திருப்புமுனைகளுள் பா.செ.வுக்கும் பங்குண்டு. புதுவையில் முதன்முதலில் எனக்கு அவர் அறிமுகம் செய்து வைத்த நபர், புதுவைப் பல்கலைக்கழகப் பேராசிரியர் பா. இரவிக்குமார் அவர்கள்தான். அன்று எனக்கு முதுகலைப் பாட ஆசிரியர். இன்று எனக்கு ஆய்வு நெறியாளர். இளங்கலையில் கல்லூரிக்கு உரையாற்ற வரும்போது அவர் உரையைக் கேட்டு வளர்ந்தவன், இன்று அவரிடமே ஆய்வுக் கற்கும் மாணவனாய் இருக்கிறேன். இவரின் ஆளுமையைப் பற்றிச் சுருக்கமாக, வ.உ. மற்றும் வ.வெ. எனக் குறிப்பிடுவது சாலப் பொருந்தும். வகுப்புக்கு உள்ளே (வ.உ.) இருக்கும்போது அவர் கொள்ளும் ஆற்றல் பெருக்கையும் தர்க்கப்பூர்வமான உரையாடல்களையும் என்னவென்று சொல்வது?

அர்ப்பணிப்பு உணர்வுடன் வகுப்புகளுக்குச் செல்லும் அரிய பேராசிரியராகக் கண்டேன். வகுப்புக்கு வெளியேயும் (வ.வெ.) 24x7 காலவோட்டத்துடன் தமிழ் இலக்கியத்தின் நெடும்பரப்பில் எந்தப் பகுதியைப் பற்றியும் நுட்பமாகவும் ஆழமாகவும், அதேசமயம் மாணவர்களுக்குப் புரியும்படியான எளிய மொழியில் எடுத்துரைக்கக்கூடிய திறன் கொண்டவர். வயிற்றுப் பசிக்கு அருமருந்தாய் அமைந்த அள்ள அள்ளத் தீராத அமுதசுரபியைப் போல, என் அறிவுப் பசிக்குத் தீனிபோடும் கற்பக விருட்சமாய் விளங்கி வருகிறார். அவரை அண்டிப் படரும் கொடிபோல வளர்ந்துகொண்டிருக்கின்றேன். இப்படி உணர்வுப் பூர்வமாகச் சொல்வதைக்கூட விரும்பாதவர்!

நூல்கள் வழியும் உரைகள் வழியும் அறிமுகமாகி இருந்த, நான் பெரிதும் மதிக்கக்கூடிய பேரா. க.பஞ்சாங்கம், காலம் சென்ற கரிசல் இலக்கியப் பிதாமகர் கி.ராஜநாராயணன், மறைந்த தமிழறிஞர் ம.லெ.தங்கப்பா, மார்க்சிய அறிஞர் ஆர். நல்லக்கண்ணு, தமிழ்த் தேசிய அறிஞர் பழ.நெடுமாறன், பாராளுமன்ற உறுப்பினர் 'நிறப்பிரிகை' து.ரவிக்குமார், அன்பிற்கினிய பேரா.பாரதிபுத்திரன் (எ) சா.பாலுசாமி, பிரெஞ்சு பேரா. சு.ஆ.வெங்கட சுப்புராய நாயகர், மானிடவியல் பேரா. பக்தவத்சல பாரதி, சமூக மானுடவியல் பேரா. சிலம்பு நா.செல்வராசு, புதுச்சேரி மொழியியல் பண்பாட்டு ஆராய்ச்சி நிறுவனத்தின் மேனாள் இயக்குநர் பேரா. இரா.சம்பத், நற்றமிழ் நாவலர் பேரா. நா.இளங்கோ, தனித்தமிழ்ப் பற்றாளர் புதுவை சீனு.தமிழ்மணி, பழகுவதற்கினிய நிழற்படக் கலைஞர் புதுவை இளவேனில், ஊடகவியலாளர் பி.என்.எஸ்.பாண்டியன் உள்ளிட்ட பலரின் அறிமுகங்களைத் தேடிக்கொண்டிருக்கிறேன் என்றால், புதுவை மண்ணுக்கு வராமல் இது சாத்தியமில்லை. அப்படியொரு வாய்ப்பை அளித்தவர் பா.செ. ஆனால், அவரிடம் இவ்வெளியீட்டைக் காண்பிக்க இன்று அவர் இல்லை. வாழ்க்கை எத்தனை திருப்பங்கள் நிறைந்தது பாருங்கள்!

முதுகலையில் தமிழியற்புலத்தின் மூத்தப் பேராசிரியர்களாக இருந்து பணி ஓய்வு பெற்ற பேரா.அரங்க.நலங்கிள்ளி ஐயா, பேரா.ஆ.திருநாகலிங்கம் ஐயா, பேரா. இளமதி ஜானகிராமன் அம்மா போன்றோரிடம் பாடம் கேட்டது கிடைத்தற்கரிய பேறு எனக் கருதுகிறேன். பாடத்தோடு வாழ்வாதாரத்தை முன்னிறுத்தி

(குறிப்பாக, UGC – NET-JRF தேர்வு) ஊக்கப்படுத்திய பேராசிரியர் மூ.கருணாநிதி அவர்களின் செய்ந்நன்றியை மறந்தால் எனக்கு இம்மையில் உய்வுக் கிட்டாது. 'இலக்கியத் திறனாய்வு' மீது இளங்கலையில் துவங்கிய ஆர்வத்தை முதுகலையில் மேலும் பெருக்கி, இன்று எனக்கு ஆய்வு வல்லுநர் குழு உறுப்பினராக விளங்கி வரும் பேராசிரியர் இரா.ஸ்ரீவித்யா அவர்களின் வழிகாட்டுதலுக்கு நன்றி செலுத்த இந்த வாழ்நாள் போதாது. தமிழ் இலக்கிய வெளியில் வித்திட்டு, நீருற்றி, உரமிட்டு, காத்து, பராமரித்து என்னை விருட்சமாக்கி வரும் எத்தனையோ நல்லுள்ளம் கொண்ட ஆசிரியப் பெருமக்களுக்கு நன்றி நவிலும் பொருட்டே இந்த நூல். கற்றவற்றின் வெளிப்பாடுகளே இவ்வெழுத்துகள்!

முனைவர் பட்டம் சேரவும் ஆய்வுப் பாதையில் தொடர்ந்து பயணிக்கவும் நிர்வாக ரீதியாகப் பேருதவிகள் செய்த மேனாள் புலமுதன்மையர்கள், பேரா. க.சந்திரிகா, பேரா. நளினி ஜே.தம்பி மற்றும் செய்துவரும் இந்நாள் புலமுதன்மையர் பேரா. ச.சுடலைமுத்து ஆகியோருக்கும் என்றைக்கும் என் நன்றிப் பேரேட்டில் தனியிடமுண்டு. தமிழியற்புலத்தில் 'ஆய்வரங்கத்தின்' வாயிலாக, ஆய்வுக் கண்ணோட்டத்தை வளப்படுத்தி வரும் மேனாள் பொறுப்பாசிரியர் பேரா. வ.தனலட்சுமி, இந்நாள் பொறுப்பாசிரியர் பேரா. கே.பழனிவேலு ஆகியோருக்கு இவ்விடம் நன்றி நவிலல் சாலப் பொருந்தும். மேலும் சந்திப்புகளின் போதெல்லாம் எளிய உரையாடல்களில், எம்மை ஆய்வு நோக்கி ஊக்கப்படுத்தி வரும் பேரா.அ.இலட்சுமிதத்தை, பேரா.தி.கு.இரவிச்சந்திரன் ஆகியோருக்கும் நன்றிகள் உரித்தாகுக.

தமிழ் ஒரு பக்கம் அலாதி கொடுத்ததென்றால், எனக்கு வாழ்வையும் கொடுத்ததென்பேன். என் இணையராக விளங்கும் எ.ஹேமாவதி, என் முதுகலைத் தமிழில் நான் கண்டடைந்த வாழ்க்கைப் பரிசு! அவர் என் வாழ்வுக்களித்த நிலைப்பேறு, பேரன்புமிக்க என் தளிர் மழலை வீ.மித்ரன். இவர்களை எண்ணி எண்ணி மகிழ்வதைப் போலவே, என்னை ஈன்றெடுத்து மண்ணுலகுக்களித்த தந்தையார் ராஜா, தாயார் ராதா, தோள்கொடுக்கும் தமையன் முனிரத்தினம் ஆகிய அத்தனை பேருக்கும் எத்தனை கோடி நன்றிகள் செலுத்தினாலும் தகும். இன்று என்னுடன் இப்பூவுலகில் இல்லாவிட்டாலும், அவள் இருப்பின்

ஆதாரங்களாகச் சேமித்து வைத்திருக்கும் அவளின் கடிதங்கள்தோறும், 'தம்பியை நல்லாப் படிக்கச் சொல்லுங்க' என்றிருந்த ஊக்கமருந்து அளித்த உத்வேகத்தில் இப்படி வளர்ந்திருக்கிறேன் என்பதை எண்ணி, என் நினைவில் வாழ்ந்துகொண்டு வழிநடத்தும் அக்கா தீபாவிற்கு என் கண்ணீரைக் காணிக்கையாக்குகிறேன்.

ஆக்கப் பூர்வமான உரையாடல்களாலும், நெருக்கடிகளின்போது பொருளுதவியாலும் என் வாழ்வைச் செம்மைப்படுத்தும் நண்பர்கள் இரா. சணந்த் குமார், கு.உதயா, சே.சுதாகர், சே.கலையரசு, மு.பிரகாஷ்ராஜ், ரா.வி.ஜீவநாத், சி.சசிகலா, ல.பிரபாகரன், ஜெ.ஜெயப்பிரியன், எம் இலக்கிய மற்றும் ஆய்வுப் பயணத்தில் பங்குகொண்டு, வாழ்வியல் நெருக்கடிகளில் துணைநிற்கும் நட்பிற்கினிய தோழர் இரா.இராகுலன், ஆய்வுக் காலத்தின் சகபயணிகளாக இருக்கும் ந.யூசுப் ஷெரிப், கு.நிலா, ரா.அபிராமி, நெருக்கடியான சூழல்களில் சொல்லாலும் செயலாலும் பக்கத் துணையாக இருக்கும் பல்கலைக்கழக உறவுகள் மு.உமாஷங்கர், கிரிமுருகன் மற்றும் எம்மோடு நெருங்கியும் விலகியும் துணைநிற்கும் தமிழியற்புலத்தின் ஆய்வாளர்கள் அத்தனை பேருக்கும் நன்றிகள் உரித்தாகுக! நெடிய தன்வரலாறு போதும் என நினைக்கிறேன்.

எனது ஆய்வுப் புலமான திறனாய்வுப் பார்வைக்கு மூலகர்த்தாவாக விளங்கிக்கொண்டிருக்கும், என்மீது காய்தல் உவத்தலற்ற அன்பைப் பொழியும் பேரா. க.பஞ்சாங்கம் அவர்களிடமிருந்து இந்நூலுக்கு வாழ்த்துரை பெறுவது, என் வாழ்வின் பெரும் வெகுமதியாகக் கருதுகிறேன். அதேபோல், பேரா. பா.இரவிக்குமார் அவர்கள் எமக்கு ஆய்வு நெறியாளராக விளங்கிக்கொண்டிருந்தாலும், என் வாழ்வின் முக்கியமான கட்டங்களை அவரோடு கழிக்கிறேன் என்பதையே உயர்வாக எண்ணுகிறேன். இன்னும் அவருடன் கடக்கவேண்டிய தூரங்கள் நெடிது என்பதையும் உணர்கிறேன். அப்படிப்பட்ட பேராசிரியர், இந்நூலுக்கான அணிந்துரையை அளித்திருப்பது மேலும் என்னைத் தொடர்ந்து எழுதத் தூண்டும் என்பதில் துளியும் சந்தேகமில்லை. இருவருக்கும் நன்றிகள் பற்பல.

பாரதிக்குப் புதுவை மண் முப்பெரும் படைப்புகளை ஆக்கம் செய்யும் வாய்ப்பளித்தது. அன்று அவர் நூல்களைப் பதிப்பித்து

வெளியிட யாரும் முன்வரவில்லை. ஆனால், அவன் புகழ் இன்று ஓங்கி உயர்ந்து நிற்கிறது. நாளும் நாளும் பல கோடி பிரதிகளாகக் கிளைப்பரப்பி வளர்கிறான், பாரதி. அதுபோல், எனக்கும் இப்புதுவை மண்ணிலிருந்து நூலாக்கம் செய்யும் வாய்ப்புக் கிட்டியுள்ளது. அற்புதமாக, என் உள்ளத்தில் உள்ளதை ஏட்டில் அச்சாக்கித் தந்திருக்கிறார் டிஸ்கவரி பதிப்பகத்தினுடைய உரிமையாளர் மதிப்பிற்குரிய மு. வேடியப்பன் அவர்கள். அவருக்கு என்றென்றும் நன்றிகள் கூறக் கடமைப்பட்டுள்ளேன்.

பள்ளிப் பருவத்திய மொழிப்பாடத்தில், குறிப்பாகத் தமிழ்ப் பாடத்தில் இருந்த ஆர்வம் இப்படி இலக்கிய மாணவனாக இன்று என்னைப் பரிணமிக்கச் செய்திருப்பதாக உணர்கிறேன். மொழிப்பாடத்திலிருந்து தனிச் சிறப்புப் பாடமாகத் தமிழைக் கற்க ஏற்பட்ட உந்துதலின் பின்னணியில்தான் 'எதற்காக எழுதுகிறேன்?' எனும் கேள்விக்கான தன்னையறிதலின் மறைபொருளுண்மை அடங்கியிருப்பதாக உணர்கிறேன்.

நிறைவாக, உங்களோடு சில வார்த்தைகள். மொழிதான் மானுட வாழ்க்கையைக் கட்டமைத்திருக்கிறது என்பார் ழாக் லக்கான். மனித வாழ்வே, இடையறாமல் அர்த்தங்களைக் கட்டவிழ்த்துச் செல்லும் மொழி விளையாட்டு என்பார் ழாக் தெரிதா. எந்தன் வாழ்வையும் மொழிதானே ஆக்கிரமித்துள்ளது. இந்த மொழி விளையாட்டுக்குள் தேடும் பிடித்தமான வாழ்க்கையின் சின்ன சின்ன கணங்கள்தான் எனது இந்த எழுத்துகள். இன்னும் தேடுவேன்... விளையாட்டும் நீளும்... இந்த வாழ்வைப் போலவே!

மிக்க நன்றி.

புதுச்சேரி
01.09.2024

தேடலுடன்
இரா. வீரமணி
veeramaniraja98@gmail.com

Life... is a tale told by an idiot,

full of sound and fury,

signifying nothing!

(Macbeth)
– William Shakespeare

தமிழ் இலக்கியத் திறனாய்வு வரலாற்று நூல்கள் : தேடல்களும் புரிதல்களும்

எந்தவொன்றையும் அதன் வரலாற்றோடு இயைத்துப் பார்க்கும்போது அதன் முழுமையான பரிணாமமும் பரிமாணமும் புலப்படக்கூடும். இது மொழிக்கும் அம்மொழி வழியே ஆக்கம் பெறும் இலக்கிய, இலக்கணங்களுக்கும் பொருந்தும். தமிழில் 'இலக்கிய வரலாற்று நூல்கள்' தோன்றியுள்ள அளவிற்குத் 'திறனாய்வு வரலாற்று நூல்கள்' தோன்றவில்லை எனலாம். எனினும், பலர் கட்டுரை அளவில் திறனாய்வு வரலாற்றினை எடுத்தியம்ப முற்பட்டுள்ளனர். மேலும், இலக்கிய வரலாற்று நூல்களைக் காட்டிலும் இலக்கண வரலாறுகளின் எண்ணிக்கையும் குறைவு என்பதைக் குறிப்பிட்டாக வேண்டும்.

தமிழ்ச் சூழலில் பத்தொன்பதாம் நூற்றாண்டு தொடங்கிப் பழஞ்சுவடிகளைத் தேடிப் பதிப்பிக்கும் பணி நிகழ்ந்து வந்துள்ளமை அறிவோம். இதில் தொகுப்பு, பதிப்பு ஆகிய பணிகளை மையமாகக் கொண்டு தமிழாய்ந்த அறிஞர்களிடமிருந்து எழுந்த பொதுவான கேள்விகளாக, பழஞ்சுவடிகளில் எது மூலப்படி / மூலப்பாடம்? சுவடிகளில் உள்ள இலக்கிய, இலக்கணங்களின் காலகட்டம் யாது? எந்தெந்தப் பொருண்மைகளை முன்னிறுத்தின? யார் இயற்றியது? யாரை முன்னிறுத்தி இயற்றப்பெற்றது? யார் இப்பணிக்குப் புரந்தது? எவ்வெவற்றைத் தழுவி எழுந்தன? எந்தச் சட்டகத்துக்குள் (திணை, துறை, கூற்று) அடக்குவது? எழுத்து மாற்றங்கள் - பாடுபொருள் மாற்றங்கள் - இலக்கிய வகைமை மாற்றங்கள் எவை? போன்றவற்றைக் குறிப்பிடலாம். இம்மாதிரியான வினாக்களுக்கான விடைகளை உள்ளடக்கிய வகையில் இலக்கிய வரலாற்று

நூல்களும், மொழி வரலாற்று நூல்களும், பண்பாட்டு வரலாற்று நூல்களும் எழுதப்படலாயின. ஆனால், அது காலம் வரை 'திறனாய்வு' என்கிற தனிச் சிந்தனைப்புலம் தமிழில் தோன்றி வெகுவாக வளர்ந்திருக்கவில்லை.

பெருமளவிற்கு இலக்கிய வரலாறுகளை எழுதிக் குவிக்கவேண்டியதன் தேவையையும் அதற்கான பின்புலத்தையும் இங்கு எண்ணிப் பார்க்கவேண்டும். அச்சுக் கூடங்களின் பெருக்கத்தால் அதுவரை பெருவாரி மக்களைச் சென்றடையாமலிருந்த பழந்தமிழ் இலக்கியங்கள் தொடங்கிப் பல்வகைப்பட்ட சுவடிகள் நூலாக்கம் பெற்றமையும், ஆங்கிலேய ஆட்சிக்காலக் கல்வி முறைகளின்வழி கணிசமான மக்கள் திரள் கல்வியறிவு பெற்று, இம்மாதிரியான இலக்கிய, இலக்கணங்களை வாசிக்க நேரிட்டதும், தமிழ் மொழியின் வரலாற்றுப் பூர்வமான இலக்கியச் செழுமையை அறியவேண்டுமென்கிற தேடலும், ஒருவகையில் இலக்கிய வரலாறுகள் தோன்றுவதற்கு உந்து சக்தியாக இருந்தன எனலாம். ஆனால், இதுவரை எழுதப்பட்டுள்ள இலக்கிய வரலாறுகள், கால அடிப்படையிலும், இலக்கிய வகைமை அடிப்படையிலும், அரசுத் தேர்வுக்கான பணிவாய்ப்புக்குப் பயன்படும் வகையிலும் எழுதப்பட்டவை என்பதையும் பதிவு செய்தாக வேண்டும்.

இலக்கிய வரலாறுகளின் முதன்மையான உள்ளடக்கக் கூறுகளாக, இலக்கியத்தின் பெயர் அல்லது தொகுப்பின் பெயர், இயற்றிய புலவர்(கள்) பற்றிய குறிப்புகள், வகைதொகை படுத்தியோர் விவரங்கள், சிறப்புப் பெயர்கள், பயின்று வந்துள்ள சிறப்பான பாடலடிகள் போன்றவற்றை இனங்காணலாம். இவையன்றி, அந்தந்த இலக்கிய வரலாற்றாசிரியர்கள் காலம், மையப்பொருள் உள்ளிட்டவற்றில் தத்தம் சார்புக்கேற்ப விரித்தும் திரித்தும் சொல்வதுண்டு. ஆனால், அதுவரை சொல்லப்பட்ட இலக்கிய வரலாறுகள் பெருமளவில் செய்யுள் வடிவிலான இலக்கியங்களுக்கு முக்கியத்துவமளித்த அளவிற்கு, ஆங்கிலேயக் கல்விமுறையின் வாசிப்புகள்வழி அறிமுகமான உரைநடை இலக்கிய வகைமைக்கு வரலாறு எழுதுவதில் கவனம் செலுத்தவில்லையோ என வினவத் தோன்றுகிறது. மேலும், நவீன இலக்கிய உரைநடை வடிவங்களான சிறுகதைகள், புதினங்கள் குறித்த மிகுந்த வரவேற்பு இருபதாம் நூற்றாண்டின் செம்பாதி

வரைக்கும் தமிழறிஞர்களிடையே காணப்படவில்லையோ எனவும் எண்ணத் தோன்றுகிறது. இந்தப் பின்னணியில்தான், 'விமர்சனம்', 'திறனாய்வு' போன்ற சொற்களும், விமர்சனப் / திறனாய்வுப் பார்வை அல்லது ஒரு படைப்பை விமர்சித்தல் / திறனாய்வு செய்தல் என்கிற செயல்முறையும் ஒருவாறு தமிழ்ச் சூழலில் அறிமுகமாகிறது. மேற்குலக நாடுகளிலும்கூட இலக்கிய இயக்கங்களும் அது சார்ந்த திறனாய்வுக் கோட்பாடுகளும் கடந்த ஓரிரு நூற்றாண்டளவில் பெருவளர்ச்சி பெற்றவை என்பதைக் கருத்திற்கொள்ள வேண்டும்.

தமிழில் முற்காலத்திலேயே திறனாய்வுப் பார்வைகள் இருந்தமையை இலக்கண ஆசிரியர்கள் மற்றும் உரையாசிரியர்களின் பணியை எடுத்துக்காட்டி நிறுவுகின்ற போக்கும் காணப்படுகிறது. எனினும், 'தமிழில் திறனாய்வு வரலாறு' என்கிற பொருண்மையில் அறுதியிட்டுக் கூறுமளவிற்குத் தனிநூல்கள் அதுவரை எழுந்ததாக அறியப்படவில்லை. ஆனால், ஆராய்ச்சி வரலாற்று நூல்கள் காணக்கிடைக்கின்றன. இந்தச் சூழலில்தான் திறனாய்வு வரலாறு எழுதப்பட்ட காலகட்டமாக இருபதாம் நூற்றாண்டின் இறுதிப் பகுதி அமைந்ததாக அறிகிறோம். காரணம், கடந்த நூற்றாண்டில் பெருவளர்ச்சியைக் கண்ட திறனாய்வுப் புலம் அதன் பரந்த பரிமாணத்தை எட்டிய காலம் அது. அவ்வகையில், தமிழில் திறனாய்வு வரலாற்றினை விவரிக்கும் வகையில், முனைவர் க.பஞ்சாங்கத்தின் 'தமிழ் இலக்கியத் திறனாய்வு வரலாறு' (1990), முனைவர் க.பூரணச்சந்திரனின் 'தமிழ் இலக்கியத் திறனாய்வு வரலாறு' (2007) மற்றும் முனைவர் ம.மதியழகனின் 'தமிழாய்வு – திறனாய்வு வரலாறு' (2009) ஆகிய மூன்று நூல்கள் வெளிவந்திருக்கின்றன. மேலும், 'இருபதாம் நூற்றாண்டுத் திறனாய்வு வரலாறு' எனும் தலைப்பின் கீழ், க.பூரணச்சந்திரன் புதுவைப் பல்கலைக்கழகச் சுப்பிரமணிய பாரதியார் தமிழியற்புலத்தில் சிறப்புநிலை (Emeritus) ஆய்வாளராக இருந்தபோது, 2011ஆம் ஆண்டில் ஓர் ஆய்வேட்டினைச் சமர்ப்பித்திருக்கிறார் என்பது சுட்டத்தக்கது. ஆனால், இந்த ஆய்வேடு நூலாக்கம் செய்யப்பட்டதா என்பது குறித்த தகவல் கிடைக்கப்பெறவில்லை. இத்தகைய சூழலில், எம்.வேதசகாயகுமாரின் பின்வரும் கூற்றுத் தமிழ்த் திறனாய்வு

வரலாற்றெழுதியல் மீதான விவாதத்தை உருவாக்கும் விதமாக அமைந்துள்ளது:

> "தமிழ் விமர்சனத்தின் வரலாற்றினை எழுதும் முயற்சிகள் தமிழில் நிகழ்ந்துள்ளன. ஆனால் இம்முயற்சிகள் போதிய ஆவணங்களைத் திரட்டியிராததின் காரணத்தினால் இடைவெளிகள் கொண்டனவாகவே அமைகின்றன. திரட்டப்பட்ட ஆவணங்களின் அடிப்படையில் தமிழ் விமர்சன வரலாற்றினை மறுவரைவு செய்வதின் கட்டாயம் இங்கு எழுகிறது." (எம்.வேதசகாயகுமார், இலக்கியத் திறனாய்வுக் களஞ்சியம், ப.xxxviii)

மேற்கண்ட கூற்றில், எம்மாதிரியான ஆவணங்களைத் திறனாய்வு வரலாற்று நூலுக்கு ஆதாரமாகக் கொள்வது என்பது குறித்து வேதசகாயகுமார் விரிவாக விளக்கவில்லை. எனினும், திறனாய்வு வரலாற்று நூல்களுள் இடைவெளிகள் காணப்படுகின்றன என்கிற முடிவுக்கு வருகிறார். அதேவேளை, எந்த மாதிரியான இடைவெளிகள் அவை என்பதையும் குறிப்பிடாமல் செல்கிறார். இத்தகைய சூழலில், தமிழ்த் திறனாய்வு வரலாற்று நூல்களைப் பற்றிப் பேசும் இக்கட்டுரையில் மேற்கண்ட கூற்றிற்கான பின்புலத்தைத் தேடிப்பார்க்க வேண்டியுள்ளது. அவ்வகையில், திறனாய்வு வரலாற்று நூல்களுள் இடைவெளிகள் காணப்படுகின்றனவா? எம்மாதிரியான இடைவெளிகள் அவை? யாருடைய நூல்களுள் அந்த இடைவெளிகள் காணப்படுன்றன? ஒருவேளை இடைவெளிகள் உள்ளதை நூலாசிரியர்கள் ஒப்புக் கொள்கின்றனரா? அல்லது சுட்டிக் காண்பிக்கின்றனரா? மேலும் மேலும் எத்தகைய ஆவணங்களைத் திரட்டுவதன் மூலம், இம்மாதிரியான இடைவெளிகளை நீக்குவது என்பது குறித்துப் பேசியுள்ளனரா? இவற்றையெல்லாம் கடந்து, இடைவெளிகள் அற்ற ஒரு முழுமையான திறனாய்வு வரலாற்றினை எழுதுவது சாத்தியம்தானா? எவ்வாறு சாத்தியப்படுத்துவது? என்பது குறித்து அந்தந்த நூல்களின் உள்ளடக்கங்களின் வாயிலாக விவாதிக்க வேண்டியுள்ளது. எனவே, மேற்கண்ட மூன்று நூல்களை மட்டும் கருத்திற்கொண்டு அவற்றின் உள்ளடக்கங்களை உரையாடலுக்கு உட்படுத்தும் வகையில் இக்கட்டுரை அமைந்துள்ளது.

திறனாய்வு வரலாற்று நூல்களின் வரவும் காலப்பின்புலமும்

தமிழில் திறனாய்வு வரலாற்றினைக் கூறும் நோக்கில் வெளியான நூல்களுள் முனைவர் க.பஞ்சாங்கத்தின் 'தமிழ் இலக்கியத் திறனாய்வு வரலாறு' முதன்மையானதாகும். இந்நூல் மொத்தம் 151 பக்கங்களுடன் செல்வன் பதிப்பக வெளியீடாக 1990ஆம் ஆண்டு ஆதிமூலத்தின் அட்டைப்பட ஓவியத்துடன் புதுச்சேரி அரசின் பொருள் உதவியோடு வெளிவந்தது. இதுவே நூலளவில் வெளியான முதல் திறனாய்வு வரலாற்று நூலாக விளங்குகிறது. எனினும், முனைவர் க.பூரணச்சந்திரனின் 'தமிழ் இலக்கியத் திறனாய்வு வரலாறு' குறித்த ஆய்வேடு காலத்தால் முந்தியது எனலாம். ஆறுமாதக் குறுகிய காலப் பணித்திட்டத்தின் மூலமாக 1983ஆம் ஆண்டிலேயே தமிழ்ப் பல்கலைக்கழகத்திற்குச் சமர்ப்பிக்கப்பட்ட ஆய்வேடு, 2007ஆம் ஆண்டுதான் நூல் வடிவம் பெறுகிறது. இந்நூல் பதிப்புத் துறையில் அப்போதைய (2007) பொறுப்பாளராக இருந்த பேரா.ஆறு.இராமநாதன் முயற்சியால், 396 பக்க அளவில் தமிழ்ப் பல்கலைக்கழக வெளியீடாக நூலாக்கம் பெற்றது. இந்நூலின் மறுபதிப்பு 2016-இல் வெளிவந்தமையும் குறிப்பிடத்தக்கது. முனைவர் ம.மதியழகனின் 'தமிழாய்வு – திறனாய்வு வரலாறு' எனும் நூல் 2009ஆம் ஆண்டில் இலங்கையின் புகழ்பெற்ற எழுத்தாளரான எஸ்.பொன்னுத்துரை நடத்திய மித்ர ஆர்ட்ஸ் & கிரியேஷன்ஸ் பதிப்பகத்தின் வெளியீடாக வந்தது. இம்மூன்று நூல்களுமே கல்விப் புலத்தைச் சார்ந்த பேராசிரியர்களால் எழுதப்பட்டவை என்பதைக் கருத்தில் கொள்ளவேண்டும்.

இலக்கிய வரலாற்றிலிருந்து மாறுபட்டு, இலக்கியம் குறித்த திறனாய்வுகளின் வரலாற்றை எழுத முற்பட்டதற்கான பின்புலக் காரணியாக, க.பஞ்சாங்கம் குறிப்பிடும் கருத்து இவண் சுட்டத்தக்கது:

> "இலக்கியத்தைப் புரிந்துகொள்ளத் திறனாய்வு என்ற நிலை மாறிப் போய், திறனாய்வை எவ்வாறு புரிந்து கொள்வது, எவ்வாறு கற்றுக்கொள்வது என்று பிரச்சனை எழுந்துள்ளது."
> (க.பஞ்சாங்கம், தமிழ் இலக்கியத் திறனாய்வு வரலாறு, ப.4)

ஆக, திறனாய்வை எங்ஙனம் புரிந்துகொள்வது என்பது பற்றியும், எந்த மாதிரியான திறனாய்வுகள் இதுவரை நிகழ்ந்துள்ளன என்பது பற்றியும், யார் யார் எம்மாதிரியான திறனாய்வு முறைகளுக்குப்

பங்களிப்புச் செய்துள்ளனர் என்பது பற்றியும், அந்தத் திறனாய்வு முறைகள் (திறனாய்வுக் கொள்கைகளும் கோட்பாடுகளும்) எங்கெங்கிருந்து தோன்றி எவ்வாறு தமிழ்ச் சூழலுக்குள் அறிமுகமாயின என்பது பற்றியும், எந்தெந்த வழிகளில் (தனி நூல்கள், தொகுப்பு நூல்கள், இதழ்க் கட்டுரைகள்) வெளிவந்தன என்பது பற்றியும், திறனாய்வு வரலாற்று நூல்கள் பேசலாகின. ஆனால், எந்தக் காலகட்டத்திலிருந்து இந்தத் திறனாய்வு வரலாற்றெழுதியலைத் தொடங்குவது? என்கிற வினாவும் இந்த இடத்தில் முக்கியத்துவம் வாய்ந்ததாய் அமைகிறது. அந்தவகையில், தி.சு.நடராசன், க.பஞ்சாங்கம் ஆகியோர் இணைந்து, சாகித்திய அகாதெமியால் 2014இல் வெளியிடப்பட்ட 'தமிழில் திறனாய்வுப் பனுவல்கள்' எனும் தொகுப்பு நூலில் இடம்பெறும் குறிப்பு இதற்கான விடையைத் தருவதாக அமைகிறது:

> "தமிழில் திறனாய்வு உரையாசிரியர்களின் பங்களிப்பு களிலிருந்து தொடங்குகிறது" (தி.சு.நடராசன், க.பஞ்சாங்கம் (தொ.ஆ.), தமிழில் திறனாய்வுப் பனுவல்கள், ப.10)

என்று குறிப்பிடும் தொகுப்பாசிரியர்களே, அதே நூலின் தொடர்ச்சியாகப் பின்வரும் கருத்தினையும் புலப்படுத்துகின்றனர்:

> "மரபுகளும் பின்புலங்களும் வரலாற்றுநிலைகளும் ஒரு பக்கம் இருக்க இன்றைய திறனாய்வு என்பதிலிருந்துதான், தமிழ்த் திறனாய்வு பற்றிய பேச்சு நிகழ்கிறது. பொதுப்புத்தியும் பயின்று பெற்ற அறிவும் அந்த இலக்கியப் பார்வைகள், இன்றைய இலக்கியத்திற்குத் தக்கதாக அமைகிற கருத்தமைவுகள் மற்றும் நவீன கல்விமுறைகள் அதற்கிட்ட அறிவின் பரப்புக்களும் புதுமை பற்றிய ஆர்வ நிலைகளும் என்று இவற்றின் வீச்சுகள் கொண்ட தமிழ் இலக்கியத் திறனாய்வு இன்றையப் படைப்பிலக்கியம் தோன்றிய சூழ்நிலையிலிருந்துதான் தோன்றுகிறது. (தி.சு.நடராசன், க.பஞ்சாங்கம் (தொ.ஆ.), தமிழில் திறனாய்வுப் பனுவல்கள், ப.11)

என்கின்றனர். இதை அடியொற்றிய கருத்தினையே க.பூரணச்சந்திரனும் (ப.4), ம.மதியழகனும் (ப.31) முறையே தத்தம் நூல்களில் விளக்கியுரைக்கின்றனர். எனவே, திறனாய்வு வரலாறு

என்பதைக் கடந்த நூற்றாண்டிலிருந்து தொடங்குவது இயைதுவான தாகவும் பொருத்தமானதாகவும் இருந்திருப்பதை உய்த்துணர முடிகிறது. ஆனால், க.பஞ்சாங்கம் மட்டும், தம் நூலில் பழந்தமிழிலக்கியத் திறனாய்வு வரலாறு தொடங்கி இக்காலத் திறனாய்வு வரலாறு வரை விவரித்திருப்பது மனதிற்கொள்ளத்தக்கது. இதில், 'இலக்கண ஆசிரியர்களின் திறனாய்வுக் குறிப்புகள்', 'இலக்கியப் படைப்பாளிகளின் திறனாய்வுக் குறிப்புகள்', 'உரையாசிரியர்களின் திறனாய்வு', 'திருவள்ளுவமாலையும் திறனாய்வும்' முதலானவற்றை எடுத்துக்காட்டும் விதமாகப் பழந்தமிழிலக்கியத் திறனாய்வு வரலாற்றை விரித்துரைக்கிறார். இதேபோன்று ம.மதியழகனும் தம் நூலில் 'படைப்பும் திறனாய்வுக் கோட்பாட்டு வளர்ச்சியும்' (பக்.28-34) என்கிற பகுதியினூடாகத் தமிழில் திறனாய்வு வளர்ந்த விதத்தினை வெளிப்படுத்துகிறார். எனினும், மூன்று நூலாசிரியர்களுமே தமிழில் திறனாய்வு வரலாற்றை இக்கால (நவீன) இலக்கியத்திலிருந்து தொடங்கி எடுத்துரைப்பதில் எந்தவித முரண்பாடும் கொண்டிருக்கவில்லை என்பது புலனாகின்றது. இதற்கு வலுசேர்க்கும் வகையில், க.பஞ்சாங்கம் அவர்கள் குறிப்பிடும் காரணம் நோக்கத்தக்கது:

> "ஆங்கிலக் கல்வி காரணமாகத் தோன்றிய சிறுகதை, புதினம் ஆகிய புத்திலக்கியங்களைத் தமிழ்ச் சூழலில் நிலைநாட்டு வதற்காகவும் பரப்புவதற்காகவும், இப்புத்திலக்கியங்களைப் பற்றி நிறைய பேச வேண்டிய சூழல் ஏற்பட்டது. தம் மேம்பாட்டுக் கொள்கையின் வேகமான வீச்சில் தன்னை இழந்த இலக்கியப் புலவர்கள் பலரின் மேலாண்மை நிலவிய சூழலை எதிர்த்துப் புத்திலக்கியங்களை நிலைநாட்ட வேண்டிய நெருக்கடிதான், இக்காலத் திறனாய்வு வளர்வதற்கு உரமாக அமைந்தது." (க.பஞ்சாங்கம், தமிழ் இலக்கியத் திறனாய்வு வரலாறு, ப.62)

என்கிறார். தமிழ்ச் சூழலில் 'நவீன இலக்கியம்' எதிர்கொண்ட இதே சிக்கலினை மையமிட்டு, ம.மதியழகனும் தம் திறனாய்வு வரலாற்று நூலில் 'தமிழ் இலக்கிய வரலாற்றில் நவீன இலக்கியங்கள் இடம்பெற்றமையும் அவற்றிற்கான பின்னணிகளும்' (பக்.176-182) என்ற தலைப்பில் ஒரு தனிக் கட்டுரையே வரைந்துள்ளார். இக்கட்டுரையில் ஏ.வி.சுப்பிரமணிய அய்யரின் 1933-இல்

வெளியான 'தற்காலத் தமிழ் இலக்கியம்' ('தமிழ் இலக்கியம் : தற்காலம்' என்கிற தலைப்பில்தான் ஏ.வி.சுப்பிரமணிய அய்யரால் வெளியிடப்பட்டுள்ளது.) குறித்த நூலை முன்னிலைப்படுத்துகிறார். அதேவேளையில், 'தமிழ் ஆராய்ச்சியின் வளர்ச்சி' (1959) என்ற அவரின் மற்றொரு நூலிற்கும் முக்கியத்துவம் அளித்துள்ளார். இந்த நூலின் மீதான ஆர்வ மிகுதியால் தம் வரலாற்று நூலில், 'ஏ.வி. சுப்பிரமணிய அய்யரின் ஆய்வுக் கண்ணோட்டம்' (பக்.190 -196) என்கிற தலைப்பில் மேலும் ஒரு தனிக்கட்டுரையே வரைந்துள்ளார். ஆக, ஏ.வி.சுப்பிரமணிய அய்யரின் ஆய்வுப் பணியைத் திறனாய்வு வளர்ச்சியோடு இயைத்துப் பார்க்க முயற்சித்துள்ளார், பேரா. ம.மதியழகன். இனி ஒவ்வொரு நூலாசிரியரின் திறனாய்வு வரலாற்றின் உள்ளடக்கங்களையும் அவர்தம் வரலாற்றெழுதியல் முறைகளையும் அவற்றில் முன் குறிப்பிட்டவாறு எவையேனும் இடைவெளிகள் காணப்படுகின்றனவா என்பது குறித்தும் காண்போம்.

முனைவர் க.பஞ்சாங்கத்தின் திறனாய்வு வரலாறு

க.பஞ்சாங்கத்தின் திறனாய்வு வரலாற்று நூல் அவருக்குத் தமிழ்ச் சூழலில் மிகப் பெரிய நிலைப்பேற்றை ஈட்டித் தந்தது எனலாம். ஏற்கெனவே 'ஒட்டுப்புல்' கவிதைத் தொகுப்பின்வழி 'கவிஞராக' அறியப்பட்டிருந்த இவருக்குத் 'திறனாய்வாளர்' என்கிற பரிணாமம் கிடைத்தது இந்நூல் வாயிலாகத்தான். சிறுபத்திரிகை வட்டாரத்துடன் இயங்கும் கல்வியாளராக இருந்த பஞ்சாங்கத்தின் பணியைப் பாராட்டியதுடன், படைப்பிலும் விமர்சனத்திலும் பரிச்சயம் கொண்டிருந்த சுந்தரராமசாமி, கோமல் சுவாமிநாதன் நடத்திய 'சுபமங்களா' இதழுக்கு அளித்த நேர்காணலில் "நான் இப்பொழுது சந்தோசமாகப் படித்துக்கொண்டிருக்கும் ஒரு புத்தகம்" என்று வியந்ததும், தான் நடத்தி வந்த 'காலச்சுவடு' இதழில் இந்நூல் குறித்துப் பதிவு செய்தமையும் குறிப்பிடத்தக்கது. மேலும் இந்நூல் குறித்து பேரா.வீ.அரசு 'இந்தியன் எக்ஸ்பிரஸ்' இதழ் சனிக்கிழமை தோறும் வெளியிட்ட இலக்கியப் பகுதியில், 'The Bundle of information about Tamil Literary Criticism' என்ற தலைப்பில் ஆங்கிலத்தில் ஒரு மதிப்புரையை வழங்கியிருக்கிறார் என்கிற செய்தி வரலாற்றுச் சிறப்பு மிக்க ஒன்று. (பார்க்க: க.பஞ்சாங்கத்தின் முகநூல் பக்கம்)

ஔவை.நடராசன் மேற்பார்வையில் 'சிலப்பதிகாரத் திறனாய்வுகள்' குறித்து மேற்கொண்ட முனைவர் பட்ட ஆய்வின் பயனாக, அந்த ஆய்வேட்டின் முற்பகுதியை அடிப்படையாகக் கொண்டு இந்நூல் வெளிவந்தது என்பதை முதற்கண் குறிப்பிட வேண்டும். 1990ஆம் ஆண்டு வெளிவந்த முதற்பதிப்பில் 'மதிப்புரை - திறனாய்வு – ஆராய்ச்சி' என்பதற்கான விளக்கத்துடன் தொடங்கும் இந்நூல், 'தமிழிலக்கியத் திறனாய்வு வரலாறு' (முதற்பதிப்பில் 'தமிழிலக்கியம்' என்று சொற்கள் சேர்ந்தவாறே நூற்பெயரும் அமைந்திருந்தது. தற்போது, 'தமிழ் இலக்கியத் திறனாய்வு வரலாறு' என்பதாக வழங்கப்படுகிறது.), 'இக்காலத் திறனாய்வு வரலாறு', 'அடிக்குறிப்புகள்', 'நூற்பட்டியல்' என்கிற அடிப்படையில் எளிமையான உள்ளடக்கப் பகுப்பு முறையைக் கொண்டு வெளிவந்திருக்கிறது. அதன்பிறகு, 2014 வரை கிட்டதட்ட ஆறு பதிப்புகளைக் கண்ட இந்நூல், 2004ஆம் ஆண்டு 'திருத்தி விரிவு செய்த புதிய பதிப்பாக' அன்னம் பதிப்பகத்தால் வெளியிடப்பட்டுள்ளது. இந்தப் பதிப்பிற்குப் பின்னர்தான், மேற்சொன்ன உள்ளடக்கப் பகுப்பு முறையில் கூடுதல் உட்பகுப்புகள் இடம்பெறுவதைக் காணமுடிகிறது. முந்தைய பதிப்புகளில் இக்காலத் திறனாய்வுப் பகுதியில் ஒப்பிலக்கியத் திறனாய்வோடு முடிக்கப்பட்டிருந்த நிலையில், மேலும் இது நீட்டிக்கப்பெற்று, அக்கால வெளியில் (1990--2004) பேசுபொருளாக இருந்த திறனாய்வுப் பார்வைகளான பின்நவீனத்துவம், பெண்ணியம், தலித்தியம் குறித்த திறனாய்வுச் செல்நெறிகளையும் இனம்கண்டு பதிவு செய்யப்பட்டுள்ளதை அறியமுடிகிறது.

'இலக்கண ஆசிரியர்களின் திறனாய்வுக் குறிப்புகள்' எனும் உட்பிரிவின் கீழ், தொல்காப்பியரையும் ரோலன் பார்த்தையும் ஒப்பிட்டு நோக்கிய தமிழவனின் கூற்றை மேற்கோள் காட்டுகிறார், க.பஞ்சாங்கம். இது 1982இல் வெளியான 'ஸ்ட்ரக்சுரலிசம்' (பாரிவேள் பதிப்பு) எனும் நூலிலிருந்து எடுத்தாண்டிருப்பதாகவும் அடிக்குறிப்புத் தருகிறார். (இந்நூல் விரிவாக்கம் செய்யப்பெற்று 'அமைப்பியலும் அதன் பிறகும்' என்கிற தலைப்பில் 'அடையாளம்' பதிப்பகத்தாரால் வெளியிடப்பட்டுள்ளது.) ஆனால், நா.வானமாமலை உடனான தொடர்பினால் மார்க்சியத்தின்பால் ஈர்க்கப்பட்டுப் பின்னாளில் அமைப்பியல் சிந்தனைக்குள் உட்புகுந்த தமிழவனின் திறனாய்வுப் போக்கை விவரிக்கும் க.பஞ்சாங்கம், அமைப்பியல் – பின் அமைப்பியல் திறனாய்வுப் போக்கைப் பற்றி

தனியான உட்பிரிவுகள் அமைத்துச் சேர்க்காமைக்கான காரணம் விளங்கவில்லை.

உளப்பகுப்பாய்வு, தொன்மம், எடுத்துரைப்பியல், பின்காலனித்துவம் குறித்த திறனாய்வுச் சிந்தனைகளும் அக்காலவெளிக்குள் தமிழ்ச் சூழலில் விரவியிருந்தும் அம்மாதிரியான திறனாய்வுகளின் போக்கும் இந்நூலில் விடுபட்டுள்ளதாகத் தென்படுகிறது. ஆனால், 2014ஆம் ஆண்டு அன்னம் பதிப்பகத்தின் வாயிலாக வெளியிடப்பட்ட 'இலக்கியமும் திறனாய்வுக் கோட்பாடுகளும்' என்கிற நூலின் மூலம் இம்மாதிரியான விடுபாடுகளைக் களைந்திருக்கின்றார் என எண்ணத் தோன்றுகிறது. இந்நூல் திறனாய்வு வரலாற்று நூலாக அமையாவிட்டாலும், வரலாற்று நூலுக்கான தன்மைகள் நூலெங்கும் விரவிக் கிடக்கின்றன. மேலும், இருபத்தோராம் நூற்றாண்டில் பெருமளவில் திறனாய்வுப் பேசுபொருளாக விளங்கிக் கொண்டிருக்கக்கூடிய புலம்பெயர் இலக்கியத் திறனாய்வு, சூழலியல் திறனாய்வு குறித்த பார்வையும் இந்தச் சமீபத்திய நூலில் இடம்பெற்றுள்ளது என்பதைக் குறிப்பிட்டாக வேண்டும். இந்தச் சமீபத்திய நூல் பற்றிய செய்தி, கட்டுரையின் பொருண்மைக்கு வலுவூட்டும் கூடுதல் தகவலே அன்றி, நூலாசிரியரின் அடுத்தடுத்த நூல்களைப் பற்றி வியந்துரைப்பதற்கன்று.

இந்நூலின் இக்காலத் திறனாய்வுப் பகுதியில் திருமணம் செல்வக்கேசவராய முதலியாருக்கு அடுத்தபடியாக மறைமலையடிகளின் திறனாய்வினை விளக்கும் நிரல்முறையைக் காணமுடிகிறது. ஆனால், க.பூரணச்சந்திரனின் திறனாய்வு வரலாற்று நூலில் இந்த வரிசை முறை முன்பின்னாக மாறியுள்ளது. இது குறித்து க.பூரணச்சந்திரன்,

> "இருபதாம் நூற்றாண்டில் தமிழில் திறனாய்வுத்துறை, மறைமலையடிகளுடன்தான் தொடங்குகின்றது. மறைமலையடிகள் 1898இல் 'முதற்குறள் வாத நிராகரணம்' என்ற சமயக் கருத்துரை நூல் மூலமாகத் தமிழில் அறிமுகம் ஆனார். செல்வக்கேசவராயரும் 1897இலேயே கம்பர் பற்றிய தமது கட்டுரைகளை வெளியிட்டார். என்றாலும் நூல்கள் என்ற அடிப்படையில் காணும்போது, மறைமலையடிகளே முதல் திறனாய்வாளர் ஆகின்றார்." *(க.பூரணச்சந்திரன், தமிழ் இலக்கியத் திறனாய்வு வரலாறு, ப.16)*

என்கிறார். இந்த வரிசைமுறை மாறுதலுக்கான காரணமாக, க.பூரணச்சந்திரனின் நூலில் காணப்படும் மேற்கண்ட பதிவு புலனாகின்றது. இவ்வாறு உரைத்த இவரே, ‘இருபதாம் நூற்றாண்டுத் திறனாய்வு வரலாறு’ எனும் பின்னாளைய (2011) ஆய்வேட்டில் செல்வக்கேசவராயரை முதலிலும் மறைமலையடிகளைப் பின்னரும் விவரிக்கிறார் என்பது மனங்கொளத்தக்கது. அதேபோல், க.பஞ்சாங்கமும் இவ்வாறு திருமணம் செல்வக்கேசவராயரை முதன்மைப்படுத்தியதற்கான காரணத்தினைத் தம் நூலில் பதிவு செய்யாமலில்லை. அவ்விளக்கம் வருமாறு:

> “திருமணத்தாரின் திறனாய்வுப் பணியை இவ்வளவு விரிவாகக் காட்டுவதன் நோக்கம் இரண்டு; ஒன்று, இந்த அளவிற்கு அவரது வேலைப்பாடு சிறப்பாகவும் நுட்பமாகவும் அமைந்து கிடக்கிறது. இரண்டு, சி.சு. செல்லப்பா, ரகுநாதன் முதலியோர் 1918-இல் 'கவிதை' என்ற கட்டுரையை எழுதிய வ.வே.சு. ஐயரை இக்காலத் திறனாய்வின் தந்தை என்று பேசுவதில் பொருத்தமில்லை என்பதைச் சுட்டவும்தான்.”
> (க.பஞ்சாங்கம், தமிழ் இலக்கியத் திறனாய்வு வரலாறு, ப.79)

மேற்கண்ட கூற்றின் வழி, இருவரும் வெவ்வேறு காரணங்களுக்காக வெவ்வேறு வரிசை முறையைப் பின்பற்றியுள்ளனர் என்பது தெளிவாகின்றது. மேலும், இவ்விரு நூலாசிரியர்களும் ஒருவரையொருவர் மறுத்து இம்மாதிரியான வரிசைமுறையைப் பின்பற்றவில்லை என்பதும் குறிப்பிடத்தக்கது. இது ஒரு தற்செயல் நிகழ்வு என்பதாகவே தோன்றுகிறது. கூடுதலாக, க.பூரணச்சந்திரனும் வ்.வே.சு.ஐய்ரைத் ‘தமிழின் முதல் திறனாய்வாளர்’ என்று ஏற்க மறுப்பதைத் தம் நூலின் அடிக்குறிப்பில் (ப.77) குறிப்பிடுகின்றார். எனவே, இருவரும் வெவ்வேறு காலப்பகுதியில் நூலாக்கம் செய்திருந்தாலும் ஒருமித்த கருத்தில் இருப்பதை இனங்காண முடிகிறது. எனினும், க.பஞ்சாங்கம் இத்தகைய நிலைப்பாடுகளை எடுப்பதில் உள்ள சிக்கலை உணராதவர் இல்லை என்பதற்குப் பின்வரும் பகுதி ஒரு சான்று:

> “அறிவியல் உலகிலேயே இதை இவர் முதலில் கண்டுபிடித்தார் என்று கூற இயலாது என்பர்; எல்லாமே முன்னோர்

முயற்சியின் தொடர் விளைவுதான் என்கிறது இன்றைய அறிவியல் பார்வை. எனவே கருத்துலகிலும் இவர் முதலானவர்; இவர் இதற்குத் தந்தை என்று பேசுவதெல்லாம் அகநிலைப் பார்வையின் விளைவுதானே ஒழிய, உண்மை அல்ல என்றும் கூற வேண்டும்." (க.பஞ்சாங்கம், தமிழ் இலக்கியத் திறனாய்வு வரலாறு, ப.79)

இந்நூலின் முதல்பதிப்புப் பின்னட்டையில், 'அர்த்தமற்ற மனித வாழ்க்கைக்கு அர்த்தம் கற்பிக்க முயல்வதே மானுட வரலாற்றின் சாரமென்று' உரைப்பது அவரின் நிலைப்பாட்டை உணர்த்துகிறது. அபத்தங்கள் நிறைந்த வாழ்க்கையின் அர்த்தத்தினை இவ்வாறு அவல உணர்வோடு விளக்கினாலும், அவரின் காத்திரமான எழுத்துகள் தமிழ்த் திறனாய்வுலகில் தவிர்க்க இயலாத ஆளுமையாக அவரை நிலைநிறுத்தியிருக்கிறது என்பதே அவர் வாழ்க்கைக்குக் கிடைத்திருக்கக் கூடிய அர்த்தம்.

டி.கே.சி., க.நா.சு., சி.சு.செல்லப்பா, வெங்கட்சாமிநாதன், தருமு சிவராமு (பிரமிள்), சுந்தரராமசாமி போன்றோரின் அழகியல்வாதத் திறனாய்வுகளின் போக்கைச் சுட்டும் பஞ்சாங்கம், கு.ப.ரா., புதுமைப்பித்தன் போன்றோரின் மதிப்பீட்டு முறைத் திறனாய்வையும் குறிப்பிடத் தவறவில்லை. அதேபோல், ப.ஜீவானந்தம், தொ.மு.சி.ரகுநாதன், நா.வானமாமலை, க.கைலாசபதி, கோ.கேசவன், கா.சிவத்தம்பி, எம்.ஏ.நுஃமான், கோவை ஞானி, தமிழவன், அ.மார்க்ஸ், ராஜ்கௌதமன் போன்றோரின் மார்க்சியத் திறனாய்வுப் பங்களிப்பையும் விரிவாக எடுத்துரைத்திருக்கிறார். திறனாய்வறிஞர் தி.சு.நடராசன், க.கைலாசபதியை ஆய்வுநெறித் திறனாய்வாளராக (Scholar Critic) இனஞ்சுட்டுகிறார். ஆனால், கைலாசபதியைக் காட்டிலும் கா.சிவத்தம்பியிடம் கல்வி அறிவும் இலக்கியப் புலமையும் இணைந்த ஆய்வுநெறித் திறனாய்வு வெளிப்படுகிறது என மதிப்பீடு செய்கிறார் க.பஞ்சாங்கம். இதே மதிப்பீட்டைத் தமது பின்னாளைய ஆய்வேட்டில் க.பூரணச்சந்திரனும் (ப.295:2011) அளித்திருக்கிறார். இவர்களுள், தமிழவன் அமைப்பியல் – பின் அமைப்பியல், மொழிதல் கோட்பாடு உள்ளிட்ட சிந்தனைகளுக்கும் ராஜ்கௌதமன், து.ரவிக்குமார் போன்றோர் தலித்தியச் சிந்தனைகளுக்கும் தொடர்ந்து பங்களிப்புச் செய்து வருகின்றனர் என்பது சுட்டத்தக்கது. 1869-1945

வரையிலான காலப்பகுதியில் வெளியான சூரியோதயம் (1869), பஞ்சமர் (1891) உள்ளிட்ட தலித்துகள் நடத்திய சுமார் 14 இதழ்களைக் குறிப்பிட்டு, 1925இல் பெரியார் சுயமரியாதை இயக்கத்தைத் துவங்குவதற்கு முன்பே 'சுயமரியாதை' என்ற கருத்தாக்கத்தை இவர்கள்தான் (தலித் இதழ்கள் நடத்தியோர்) உருவாக்கியுள்ளனர் எனக் குறிப்பிடுகிறார். மேலும், திறனாய்வுப் போக்கில் பங்குகொண்ட, 'இலக்கிய வட்டம்', 'எழுத்து', 'தாமரை', 'ஆராய்ச்சி' உள்ளிட்ட எண்ணற்ற இதழ்கள் குறித்தும் அவற்றில் வெளியான சில கட்டுரைப் பொருண்மைகள் குறித்தும் பொருத்தமான இடங்களில் குறிப்பிட்டு விவரித்துள்ளார். மேலும், அவ்வப்போது நார்த்தரோப் ப்ரை, டி.எஸ்.எலியட், ஐ.ஏ.ரிச்சர்டு உள்ளிட்ட பல மேற்கத்தியத் திறனாய்வாளர்களின் சிந்தனைகளையும் எடுத்துக்காட்டி விளக்கியுள்ளார். இடையிடையே, தெ.பொ.மீ., மு.வ. உள்ளிட்ட கல்வி நெறியாளர்களின் திறனாய்வுப் பரம்பரைப் பண்புகளையும் விளக்கிச் செல்கிறார். க.பஞ்சாங்கத்தின் திறனாய்வுக் கூர்மையினை உணர்ந்துகொள்ள க.நா.சு.வைப் பற்றிக் குறிப்பிடும் எதிர்வரும் அவரின் வரிகள் தக்க சான்றாகும்:

> "வ.வே.சு. ஐயரின் திறனாய்விற்குத் தேசியப் பற்றும் மறைமலையடிகளின் திறனாய்விற்குத் தமிழினப் பற்றும், டி.கே.சி.யின் திறனாய்விற்குக் கம்பராமாயணப் பற்றும் கைலாசபதியின் திறனாய்விற்கு மார்க்சியப் பற்றும் அடிப்படையாக அமைந்து இயக்குவது போல, க.நா.சு.வின் திறனாய்விற்கு இலக்கியப்பற்று அடிப்படையாக அமைந்துள்ளது." (க.பஞ்சாங்கம், தமிழ் இலக்கியத் திறனாய்வு வரலாறு, பக்.102-103)

இப்படி ஒவ்வொன்றையும் மிக நுணுக்கமாகவும் ஆழ்ந்த வரலாற்றுணர்வோடு அணுகுவதுடன், தான் கண்டவற்றைத் தெளிந்த நடையில் எடுத்தியம்பும் ஆற்றல் கொண்ட க.பஞ்சாங்கம், தாம் திருத்தி விரிவு செய்த புதிய பதிப்பில் இணைக்கப்பெற்ற பின்நவீனத்துவம், பெண்ணியம், தலித்தியம் சார்ந்த பகுதிகளில் குறிப்பிட்ட மேற்கோள்களுக்கான அடிக்குறிப்புகளையும் இடம்பெறச் செய்திருந்தால் இடைவெளிகள் நீங்கிய ஒரு வரலாற்றுப் பிரதியாக விளங்கியிருக்கக் கூடுமோ என எண்ணத் தோன்றுகிறது. எனினும், இந்நூலின் இறுதியில் இடம்பெற்றுள்ள

ஒவ்வொரு இயல்களுக்கான அடிக்குறிப்புகளையும், பின்னிணைப்புப் பகுதியில் இடம்பெற்றுள்ள திறனாய்வு வரலாற்றினை அறிந்துகொள்ள உதவும் கட்டுரைகளின் பட்டியலையும், சுமார் 49 தமிழ் நூல்களும் 8 ஆங்கில நூல்களும் அடங்கிய துணைநூற் பட்டியலையும் நோக்குகையில், முதல் முயற்சியிலே இப்படிப்பட்ட அளப்பரிய வரலாற்று நூல் சாத்தியமாகியிருக்கிறது. மேலும், தமிழ்க் கல்விப்புலச் சூழலில் திறனாய்வு வரலாற்றினை அறிய உதவும் முதன்மையான பாடத்திட்ட நூலாகவும் விளங்கியுள்ளது என்பது குறிப்பிடத்தக்கது.

ஏற்கெனவே குறிப்பிட்டவாறு இத்திறனாய்வு வரலாற்று நூலில் இடைவெளிகள் தென்படுவதை நூலாசிரியர்களே முன்வந்து ஒப்புக் கொள்கின்றனரா என்கிற வினாவிற்கான விடையும் இந்நூலின் என்னுரைப் பகுதியில் காணலாகிறது:

> "தமிழ்ச் சூழலில், தொல்காப்பியர் தொடங்கி, இன்று தமிழவன் வரை இயங்கி வரும் தமிழிலக்கியத் திறனாய்வின் போக்கைச் சுட்டிக்காட்ட இந்நூலில் முயற்சி மேற்கொள்ளப் படுகிறது. இம்முயற்சியில் பலருடைய பெயர்கள், புத்தகங்களின் பெயர்கள் விடுபட்டிருக்கலாம். கூட்டு முயற்சியில் மேற்கொள்ளப்பட வேண்டிய பணி இது. எனவே திறனாய்வின் பல்வகைப்பட்ட போக்குகளை விட்டுவிடாமல் சுட்டிக்காட்டுவதில் மட்டுமே பெரிதும் கவனம் செலுத்தப்பட்டுள்ளது. மேலும் இத்தகைய முயற்சிக்குத் தேவையான நூலக வசதி, கலந்துரையாடல், விவாதித்தல், இத்துறை சார்ந்தவர்களுடன் அடிக்கடித் தொடர்பு கொள்ளுதல் முதலிய புறச் சூழல்களின் பற்றாக்குறையையும் உணர்கிறேன்." (க.பஞ்சாங்கம், தமிழ் இலக்கியத் திறனாய்வு வரலாறு, பக். 4-5)

இத்தனை வெளிப்படைத் தன்மையுடன் தம் நூலில் காணப்படும் குறைகளை / போதாமைகளைச் சுட்டிக்காட்டி, அவற்றைக் களையவேண்டிய தேவையையும் அவராகவே எடுத்துக் கூறுகிறார். எம்.வேதசகாயகுமார் குறிப்பிட்டதுபோல ஆவணங்கள் திரட்டுவதில் ஏற்பட்டுள்ள இடர்பாடாகத்தான் இதைக் கொள்ள முடிகிறது. எனினும், இன்றைய நவீனத் தொழில்நுட்ப வசதிகள்

ஏதுமின்றி, காரைக்காலில் அரசு அண்ணா கலைக் கல்லூரியில் விரிவுரையாளராகப் பணியாற்றிக் கொண்டு இத்தனை விரிவான ஒரு நூலை இயற்றியிருப்பது க.பஞ்சாங்கம் நிகழ்த்தியுள்ள மாபெரும் சாதனை என்பதைத் தமிழுலகம் நினைவுகூர வேண்டும்.

முனைவர் க.பூரணச்சந்திரனின் திறனாய்வு வரலாறு

முழுக்க முழுக்க ஆய்வேட்டுப் பாணியில் அமைந்த க.பூரணச்சந்திரனின் திறனாய்வு வரலாற்று நூல், மொத்தம் மூன்று பகுதிகளை உள்ளடக்கியது. முதல் பகுதி முன்னுரையாகவும் மூன்றாம் பகுதி முடிவுரையாகவும் இருக்க, இடைப்பட்ட இரண்டாம் பகுதி நான்கு இயல்களாகப் பகுத்துரைக்கப்பட்டுள்ளது. முதல் பகுதியில் 'முன்னுரை', 'திறனாய்வு – சில எண்ணங்கள்' என்கிற இரண்டு இயல்கள் அடங்கியுள்ளன. தஞ்சாவூர் தமிழ்ப் பல்கலைக்கழகத்துணைவேந்தர் வ.அய்.சுப்பிரமணியம் அழைப்பின் பேரில் 1983ஆம் ஆண்டு ஆறுமாதக் குறுகிய காலப் பணித்திட்டத்திற்காக (மார்ச் மாதம் தொடங்கி செப்டம்பரில் முடிக்கப்பெற்றதாக க.பூரணச்சந்திரன் தம் இணையப் பக்கத்தில் குறிப்பிட்டிருக்கிறார்.) எழுதப்பெற்ற இந்த ஆய்வேடு, மாநிலக் கல்லூரிப் பேராசிரியர் ஒருவரின் (பெயர் குறிப்பிடப்படவில்லை) மதிப்பீட்டிற்கு அனுப்பப்பெற்று, மு.வ. பற்றிய திறனாய்வுப் பகுதியைத் தவிர மற்ற பகுதிகள் யாவும் தவறானவை என்றும் அவற்றை மாற்றி எழுதவேண்டுமென்ற குறிப்புடன் திருப்பி அனுப்பப்பெற்ற ஆய்வேடுதான், இந்நூல். ஆனால், திருத்தம் ஏதும் மேற்கொள்ளப்படாமல் சுமார் 25 ஆண்டுகளுக்குப் பிறகு அதே தமிழ்ப் பல்கலைக்கழகத்தால் வெளியிடப்பட்டது என நூலாசிரியர் தம் இணையப் பக்கத்திலும், 'இருபதாம் நூற்றாண்டுத் திறனாய்வு வரலாறு' ஆய்வேட்டின் நன்றியுரையிலும் பதிவு செய்துள்ளார். (பார்க்க: க.பூரணச்சந்திரன் அவர்களின் இணையப் பக்கம் மற்றும் ஆய்வேடு) இந்நூலின் தொடக்கப் பகுதியிலேயே இவரின் திறனாய்வுப் புலமையை வெளிப்படுத்தும் வகையிலான வரிகள் இடம்பெற்றுள்ளன. அவை முறையே:

"தமிழில் திறன் மிகுந்த திறனாய்வாளர்கள் மிகுதியாகக் கிடைக்கவில்லை. வரன்முறையாக வந்த பாராட்டு முறைத் திறனாய்வுகள், இரசனை நெறிப்பட்ட மனப்பதிவுகள்,

உள்ளடக்க ரீதியான ஆய்வுகள் ஏராளமாகக் கிடைக்கின்றன. ஆனால் இவை எந்த வகையிலும் படைப்புத் திறனும் தரமும் உயர உதவமாட்டா. ஆகவே இவ்வகை நூல்களைச் சிறந்த திறனாய்வு நூல்களாக ஏற்க மனம் ஒப்பவில்லை. வடிவமும் பொருளும் எவ்வாறு இணக்கம் பெற்றுள்ளன என்பதைக் காட்டாத எந்த நூலுமே சிறந்த திறனாய்வாகாது என்பது என் கருத்து." *(க.பூரணச்சந்திரன், தமிழ் இலக்கியத் திறனாய்வு வரலாறு, ப.3)*

இவ்வளவு கறாராக இலக்கியத் திறனாய்வை அணுகிய க.பூரணச்சந்திரனின் நூல், 1900 முதல் 1947 வரையிலான நவீன இலக்கியத் திறனாய்வின் தொடக்கங்கள், 1948 முதல் 1958 வரையிலான 'எழுத்து' காலத்திற்கு முந்தைய திறனாய்வுகள், 1959 முதல் 1969 வரையிலான 'எழுத்து' காலத் திறனாய்வுகள், 1970 முதல் 1980 வரையிலான புதிய எல்லைகளை நோக்கிய திறனாய்வுகளை விவரிக்கும் இயல் பகுதிகளாகப் பகுக்கப்பட்டுள்ளன. இம்முறையிலான இயல் பகுப்பு முறையைக் கையாண்டமைக்கான பின்புலத்தையும் விவரிக்கிறார்:

"திறனாய்வு வரலாறு ஒன்றினைப் பல்வேறு வழிகளில் வரைய முடியும். கவிதை, நாடகம், நாவல், சிறுகதை என இலக்கிய வகைகள் ஒவ்வொன்றாக எடுத்துக்கொண்டு அவ்வத்துறைகளில் இலக்கியத் திறனாய்வு எவ்வாறு வளர்ந்துள்ளது என்று சுட்டிக்காட்டலாம் அல்லது பல்வேறு கொள்கைகள் அடிப்படையிலான அணுகுமுறைகளாகப் பகுத்துக்கொண்டு, ஒவ்வொரு அணுகுமுறையிலும் ஏற்பட்டுள்ள வளர்ச்சியைக் கோடிட்டுக் காட்டலாம். ஆனால் இந்நூலில் மிக எளிமையான வழியாகிய கால அடிப்படையிலான (Chronological order) வரலாற்று முறையே கையாளப்பட்டுள்ளது." *(க.பூரணச்சந்திரன், தமிழ் இலக்கியத் திறனாய்வு வரலாறு, ப.3)*

எனவே, க.பூரணச்சந்திரன் திறனாய்வு வரலாறு குறித்த தம் கருத்துகளை விரித்துரைக்க, கால அடிப்படையிலான பகுப்புமுறையைக் கைக்கொண்டார் என்பது வெளிப்படை. ஆனால், இத்தகைய பகுப்புமுறையில் ஒரே திறனாய்வாளர் தொடர்ந்து வெவ்வேறு காலவெளியில் இடம்பெறுவது என்கிற

இடர்பாடு நிகழ்கிறது. சான்றுக்கு, க.கைலாசபதியின் திறனாய்வு பற்றி மூன்றாம் இயலில் 'ஈழத்துத் திறனாய்வாளர்' என்கிற உட்பிரிவின்கீழ் சுருக்கமாகவும் (பக்.207-208), நான்காம் இயலில் 'மார்க்சிய அணியினர் – முற்போக்கு இலக்கியக் கொள்கையினர்' என்கிற உட்பிரிவின் கீழ் மிக விரிவாகவும் (பக்.260-268) விவரித்துச் செல்கிறார். இதில் நூலாசிரியர் கருத்தளவில் 'கூறியது கூறல்' என்கிற குற்றத்திற்கு ஆட்படாவிட்டாலும், ஒரு திறனாய்வாளர் பற்றியே வெவ்வேறு காலவெளிகளில் வெவ்வேறு உட்பிரிவின்கீழ் விளக்கிச் செல்வதும் தெரியவருகிறது. அடிப்படையில் இது க.கைலாசபதியின் திறனாய்வுப் பங்களிப்புகளை எடுத்துரைப்பதில் எந்தப் பிழையும் நேரிடாவிட்டாலும், ஒரு விதமான நீட்சித் தன்மையைக் கொண்டமைவதாகப்படுகிறது. இதேபோன்று, க.நா.சு. (பக்.89-99, 150-152), சி.சு.செல்லப்பா (பக்.99-100, 152-153), கா.சிவத்தம்பி (பக்.208-209, 268-270), மு.தளையசிங்கம் (பக்.210-211, 282-286), நா.வானமாமலை (பக்.189-190, 270-272) உள்ளிட்டோரின் திறனாய்வுப் பணிகள் வெவ்வேறு காலவெளிகளில் மீண்டும் மீண்டும் விளக்க வேண்டிய தேவை ஏற்பட்டிருக்கிறது. இதற்குக் கால அடிப்படையிலான பகுப்பு முறையே காரணமாக அமைந்திருப்பதை உணர முடிகிறது. மேலும், இதன்மூலம் ஒரு குறிப்பிட்ட திறனாய்வாளரின் ஒட்டுமொத்தமான திறனாய்வுப் பங்களிப்பினை அறிந்துகொள்வதில், வாசகர்கள் இடைவெளியை எதிர்கொள்ளும் இடர்பாட்டை இப்பகுப்புமுறை உட்கொண்டிருக்கிறதோ என்கிற ஐயமும் எழுகிறது.

தமிழில் 'திறனாய்வுக் கொள்கைகள்' (Critical Principles) பற்றி எழுந்த முதல் நூல் என்று ஸ்டார் பிரசுரத்தாரால் 1944இல் வெளியிடப்பட்ட 'கவிதை – கலை - விமர்ஸனம்' என்கிற தலைப்பிலான சுப.நாராயணனின் நூல்தான் என்ற அரிய தகவலை பூரணச்சந்திரன் தருகிறார். 'திறனாய்வுக் கலை' என்கிற நூலைத் தந்த தி.சு.நடராசன் கூட தொ.மு.சி.ராகுநாதனின் 'இலக்கிய விமர்சனம்' (1948) நூலையே இதுகாறும் தமிழில் வெளியான திறனாய்வுக் கொள்கை பற்றிய முதல் நூலாகக் கொண்டிருக்கிறார். ஆனால், க.பூரணச்சந்திரனே மேற்கண்ட நூலின் பொருளமைதியைக் கருத்திற்கொண்டு, சுப.நாராயணன் கலை, கவிதையைப் பற்றிய கொள்கைகளை மட்டுமே கூறியுள்ளார் என்பதைச் சுட்டிக்காட்டி,

தொ.மு.சி.ரகுநாதனோ சிறுகதை, நாவல் போன்ற உரைநடை வடிவங்களைப் பற்றியும் விவரித்துள்ளார் என்பதைக் கருத்திற்கொண்டு, நவீன இலக்கிய வடிவங்களைப் பற்றி விவரிக்கும் முழுமையான திறனாய்வுக் கொள்கை நூல்களுள் தொ.மு.சி.ரகுநாதனின் 'இலக்கிய விமர்சனமே' முதல் நூல் என்பதையும் ஏற்றுக் கொள்கிறார். எது எப்படியாயினும்,

> "இந்த நூலின் (கவிதை – கலை - விமர்ஸனம்) சிறப்பு ஓரளவு மறைக்கப்பட்டுவிட்டது எனலாம்" (க.பூரணச்சந்திரன், தமிழ் இலக்கியத் திறனாய்வு வரலாறு, ப.66)

என்ற க.பூரணச்சந்திரனின் அவதானிப்பு ஓரளவு உண்மையாகப் படுகிறது. இந்த அவதானிப்பு க.பூரணச்சந்திரனின் திறனாய்வு வரலாற்று நூலுக்கும் பொருந்தும்.

உருவவியல் நெறியாளராக நாமக்கல் வெ. இராமலிங்கம்பிள்ளை (ப.100), எழுத்து இதழ் காலத் திறனாய்வாளராக டி.கே.துரைஸ்வாமி என்கிற நகுலன் (ப.159) போன்றோரைக் குறிப்பிடுகிறார். இவர்கள் பெரும்பாலும் படைப்பிலக்கியங்களுக்கு முக்கியத்துவம் அளித்திருந்தாலும் அவர்களின் அவ்வப்போதைய கட்டுரைகளைச் சுட்டிக்காட்டித் திறனாய்வாளர்களாக இனங்கண்டு கூறியிருப்பது இந்நூலின் தனிச்சிறப்பு. மேலும் 'எழுத்து' இதழை மையமிட்டுத் திறனாய்வு வரலாற்றுக் காலப்பகுதியைப் பிரித்துக்கொண்டமை இலக்கிய இதழ்களுக்கு இந்நூலாசிரியர் அளிக்கும் முக்கியத்துவத்தைக் காட்டுகிறது. என்றாலும், ஒற்றை இதழை முன்னிலைப்படுத்திக் காலப்பகுப்பு மேற்கொள்வது முறையானதா என்பதையும் எண்ணிப் பார்க்கவேண்டியிருக்கிறது. இதற்கு, இலக்கிய இதழ்களை மையமிட்டு இலக்கிய இயக்கங்களையும் அதன் போக்குகளையும் பெயரிடும் மரபை வகைமாதிரியாகக் கொள்ளலாம். மணிக்கொடி காலம், எழுத்து காலம், வானம்பாடி காலம் என்றெல்லாம் இலக்கியப் போக்குகளை வழங்கும் மரபு தமிழ்ச் சூழலில் உண்டு. இவை பெரும்பாலும் 'கவிதை' மரபைச் சுட்டி நின்றன என்பதையும் மனத்திற்கொள்ளவேண்டும். இந்நிலையில், ஒவ்வொரு காலப்பகுதியிலும் எந்தெந்த இதழ்கள் வெளியாகின? அவற்றில் யார் யார் எந்தெந்தத் தலைப்புகளில் கட்டுரை வழங்கினர்? அந்தக் கட்டுரையின் பொருண்மையில் உள்ள

திறனாய்வுக் கூறுகள் என்னென்ன? என்பதையும் விரித்துக் கூறுவதில் வல்லமை கொண்டவராக இந்நூலாசிரியர் திகழ்கிறார். க.பஞ்சாங்கம், ம.மதியழகன் ஆகியோரைக் காட்டிலும் சிற்றிதழ்களின்வழி நிகழ்ந்த திறனாய்வு பற்றிய தகவல்களை மிகுதியாக, க.பூரணச்சந்திரன் வழங்கியிருக்கிறார் என்பதைக் குறிப்பிட்டுச் சொல்லவேண்டும். சரஸ்வதி இதழில் வெளியான மூன்று முக்கிய விவாதங்களை இனங்கண்டு உரைத்திருப்பது இதற்குத் தக்க சான்று.

ஏ.வி.சுப்பிரமணிய அய்யரின் 'தமிழ் இலக்கியம் : தற்காலம்' என்கிற நூலை, க.பூரணச்சந்திரனின் திறனாய்வு வரலாற்று நூலில் 'தற்காலத் தமிழிலக்கியம்' என்று மாறுகொளக் குறிப்பிடப் படுவதுடன், 1933இல் வெளியான நூலின் பதிப்பாண்டினை 1942 (ப.132) என மாற்றிக் குறிப்பிடப்படுகிறது. அதேபோல், எழுத்து இதழ் வெளியான காலகட்டத்தினை (1959-1970) குறிக்கும்போது, பதினோரு ஆண்டுகள் என்று எழுத்தில் சரியாகக் குறிப்பிட்டாலும், '1959-1966' என எண்ணளவில் (ப.145) தவறாகக் குறிக்கப் பட்டிருக்கிறது. இது ஒருவேளை தட்டச்சுப் பிழையால் நேர்ந்ததா அல்லது தகவல் பிழையா என்பதை அறிவதுடன், மேற்சுட்டிய இடங்களில் காணப்படும் காலகட்டங்களைக் குறிக்கும் வரலாற்று ரீதியிலான தகவல் / தட்டச்சுப் பிழைகளைக் களைவது பல்கலைக்கழக வெளியீட்டின் தரத்தை மேம்படுத்த உதவும்.

மார்க்சியத் திறனாய்வாளர்கள் பற்றி விவரிக்கும் பகுதிகளை மிகுந்த ஆழமாகவும் வரலாற்றுப் புரிதலுடனும் அணுகுகின்ற க.பூரணச்சந்திரன், ப.ஜீவானந்தம், நா.வானமாமலை, க.கைலாசபதி, கா.சிவத்தம்பி, எம்.ஏ.நுஃமான், மு.தளையசிங்கம், கோவை ஞானி, தமிழவன், ராஜ்கௌதமன், எஸ்.தோதாத்ரி உள்ளிட்ட பலரையும் குறிப்பிடுகையில் கோ.கேசவன் போன்ற சிலரின் பங்களிப்புகளைக் குறிப்பிடாமையும் நூலை வாசிக்கையில் தெரியவருகிறது. ஆனால், இவரும் 'இருபதாம் நூற்றாண்டுத் திறனாய்வு வரலாறு' என்கிற ஆய்வேட்டின்வழி இம்மாதிரியான விடுபாடுகளைப் போக்கியிருக்கிறார். கோ.கேசவனை மார்க்சியத் திறனாய்வாளர் என்பதைக் காட்டிலும் 'மார்க்சிய ஆய்வாளர்' என்பதே பொருந்தும் எனக் குறிப்பிடுவதுடன் அவரின் மார்க்சியப் பார்வையையும் தலித்தியம் குறித்த அவரின் நிலைப்பாட்டையும் அந்த ஆய்வேட்டில் வெளிப்படுத்தியுள்ளமை (பக்.274-277:2011) நினைவுகூரத் தக்கது.

ஒவ்வோர் இயலின் முடிவிலும் அதிக எண்ணிக்கையிலான அடிக்குறிப்புகள் காணப்படுகின்றன. இது இந்நூலாசிரியரின் வாசிப்புச் செறிவை உணர்த்துவதாகப்படுகிறது. மேலும், மற்ற இரண்டு திறனாய்வு வரலாற்று நூல்களை ஒப்பிடுகையில், க.பூரணச்சந்திரன் நூலில் மட்டுமே மிக நீண்ட எண்ணிக்கையிலான துணைநூற்பட்டியல் (பக்.329 தொடங்கி 396 வரை) இடம் பெற்றுள்ளதை அறியமுடிகிறது. ஆனால், இந்தத் துணைநூற் பட்டியலில் எண் இடாமல் விடுபட்டிருப்பது இந்நூலில் காணும் விடுபாடுகளுள் ஒன்று. ஆங்கில நூல்களுக்குப் பதிப்பக விவரங்கள் குறிப்பிடும் அதேவேளையில், தமிழ் நூல்களுக்கு நூலாசிரியர், நூற்பெயர், வெளிவந்த ஆண்டு ஆகிய தகவல்கள் மட்டுமே அளிக்கப்பட்டிருப்பதையும் குறிப்பிட்டாக வேண்டும். தமிழ் நூல்கள் பற்றிய முழுவிவரங்களை ஆய்வாளர்கள் அறிந்திருக்க வேண்டும் என்கிற நம்பிக்கையின்பேரில் இது நிகழ்ந்திருக்கலாம்.

நூல் அளவிலும் உள்ளடக்கச் செய்திகள் அளவிலும் பெரும் இடத்தினைப் பிடித்திருப்பினும், மேற்சொன்னவாறு மதிப்பீட்டாளரால் திருப்பி அனுப்பப்பட்ட ஆய்வேடாகையால் தமிழ் உலகிற்குள் அறியப்படவே இந்நூலுக்கு நெடுங்காலம் தேவைப்பட்டிருக்கிறது போலும். அதனால்தான் என்னவோ, இந்நூலுக்கான அங்கீகாரமும் உரிய வகையில் கிடைக்கப் பெறவில்லை. இதை நூலாசிரியரே தம் இணையப் பக்கத்தில் பதிவிட்டிருக்கிறார்:

> “அந்த நூல் எழுதப்பட்ட சமயத்தில் (1983இல்) வெளிவந்திருந்தால், இன்று எனக்கு ஒருவேளை பெருமை, புகழ் எல்லாம் கிடைத்திருக்கக் கூடும். அதுதான் தமிழில் எழுதப்பட்ட முதல் திறனாய்வு வரலாறு. இவற்றில் மண்அள்ளிப் போட்ட அந்த மாநிலக் கல்லூரி மகா பேராசிரியருக்கு - அவர் அப்போது சாகித்திய அகாதெமி முதலிய பல நிறுவனங்களின் தொடர்பில் இருந்தவர் - என் மனமார்ந்த வந்தனங்கள்.” *(பார்க்க: க.பூரணச்சந்திரனின் இணையப் பக்கம்)*

என்கிற பதிவு இந்நூலுக்கான இடத்தைத் தமிழ்த் திறனாய்வுச் சூழலிலிருந்து சேய்மைப்படுத்தியுள்ளது என்பதைப் புலப்படுத்துகிறது. எனினும், இந்த ஆய்வை இடைவிடாமல்

முன்னர்க் கூறியபடி, 2011ஆம் ஆண்டில், 'இருபதாம் நூற்றாண்டுத் திறனாய்வு வரலாறு' என்கிற தலைப்பில் மேலும் விரிவாக்கம் செய்து, கால அடிப்படையில் பகுத்துக் கூறாமல் திறனாய்வுப் போக்குகள் / கோட்பாடுகள் அடிப்படையில் பகுத்துக் கூறியிருப்பது கருத்திற்கொள்ளத்தக்கது.

க.பூரணச்சந்திரனும் தம் நூலில் காணப்படும் தரவு திரட்டலில் உள்ள போதாமையைப் / இடைவெளியைப் பற்றிக் குறிப்பிடாமல் இல்லை. இது குறித்து நூலின் தொடக்கத்திலேயே குறிப்பிட்டுச் சொல்கிறார் :

"இவ்வாய்வு, திறனாய்வு நூல்களின் அடிப்படையிலேயே அமைந்துள்ளது. இதழ்கள், மலர்கள் போன்றவை அடிப்படைத் தரவுகளாகப் பயன்படுத்தப்படவில்லை. நூல்களின் வழி திறனாய்வாளராக அறிமுகம் ஆகாமல், இதழ்களில் வந்த கட்டுரைகள் மட்டுமே எழுதியோரை ஆராயும்போது, இதழ்களில் வந்த கட்டுரைகள் பயன்படுத்தப் பட்டுள்ளன. தமிழிலக்கியத்தைப் பற்றி ஆங்கிலத்தில் எழுதப்பட்ட நூல்களோ, மலர்களோ, இவ்வாய்வுக்காகப் பயன்படுத்தப்பெறவில்லை. இவை அனைத்தையும் பார்த்து மதிப்பிட்டபின் எழுதுவதுதான் முழுமைபெற்ற நூல் ஆகும். எனவே இந்த நூல் கூடியவரை முழுமையை நோக்கிய பயணத்தில் முதல்முதல் அடிவைப்பு என்றே சொல்லலாம்" (க.பூரணச்சந்திரன், தமிழ் இலக்கியத் திறனாய்வு வரலாறு, ப.2)

இதன்மூலம், இந்நூலின் உள்ளடக்கப் பொருண்மைக்கான தரவுகள் என்னென்னவை என்பது புலனாகின்றது. கூடுதலாக, தமிழகத்தைக் காட்டிலும் ஈழத்தில் திறனாய்வுச் சூழல் ஆரோக்கியமாக விளங்கி வருவதாகக் கருத்துரைக்கும் இவர், தமிழ்ச் சூழலில் 'பா நாடகங்கள்' மற்றும் 'கட்டுரை இலக்கியம்' குறித்த ஆய்வுகள் நிகழ்ந்திருக்கின்றன அன்றி, இதுகுறித்த திறனாய்வுப் பார்வை பெருகவில்லை என்கிற முடிவையும் தம் முடிவுரையில் (ப.326) தருகிறார். இவற்றையெல்லாம் கணக்கிற்கொண்டு நோக்கும்போது, 1983களிலேயே க.பூரணச்சந்திரனும் இத்தகைய ஆய்வேட்டின்வழி தமிழ்த்

திறனாய்வுலகிற்குப் பெரும்பங்கு ஆற்றியிருக்கிறார் என்பதை மறுக்கமுடியாது.

முனைவர் ம.மதியழகனின் திறனாய்வு வரலாறு

'தமிழாய்வு – திறனாய்வு வரலாறு' என்கிற இந்நூல் 'தமிழாய்வை' மையமிட்ட கல்விப் புலத்தையும் 'திறனாய்வை' மையமிட்ட சிறுபத்திரிகை புலத்தையும் இணைத்து நோக்கும் பிரதியாக அமைகிறது. இது குறித்துத் தமது முன்னுரையில்,

> "சிறுபத்திரிகை, கல்விநிறுவனஞ் சார்ந்த இருவகை இலக்கிய மதிப்பீடுகளையும் (திறனாய்வு – ஆராய்ச்சி) இணைத்தே நாம் தமிழில் ஆய்வு வரலாற்றைக் காணவேண்டியிருப்பதால், தமிழாய்வு – திறனாய்வு வரலாறு என்று தலைப்பிட்டு ஒரு வரையறையை ஏற்படுத்திக் கொண்டேன்" (ம.மதியழகன், தமிழாய்வு - திறனாய்வு வரலாறு, ப.9)

எனத் தாமாக முன்வந்து தம் நூலுக்குள்ளிருக்கும் பொருளமைதியை வெளிப்படுத்தியிருக்கிறார். ஒவ்வோர் இயல் உட்பகுப்புகளின் கீழும் அந்த இயல்களில் அடங்கும் ஆய்வேடுகள் அல்லது ஆய்வு நூல் விவரங்கள் ஆண்டு அடிப்படையில் நிரல்படுத்தப்பட்டிருப்பது இந்நூலின் தனித்தன்மை எனக் குறிப்பிடவேண்டும். அதேபோல், மேற்கூறப்பட்ட இரு நூலாசிரியர்களின் உள்ளடக்க வைப்புமுறைகளை உள்வாங்கிக் கொண்டு, க.பஞ்சாங்கம் பின்பற்றிய திறனாய்வுக் கோட்பாடுகள் அடிப்படையிலும், க.பூரணச்சந்திரன் தம் நூலில் குறிப்பிட்டவாறு புதுக்கவிதை, சிறுகதை, நாவல் போன்ற இலக்கிய வகைமை அடிப்படையிலும், திறனாய்வுக் கோட்பாடுகளைப் பொருத்தி ஆய்வுகளின் அடிப்படையிலும் வெளிவந்த நூல்களையும் பட்டியலிட்டுக் காட்டுகிறார்.

'திறனாய்வு வரலாறு கூறும் நூல்கள்' என்ற மூன்றாம் இயலில் ஏ.வி.சுப்பிரமணிய அய்யரின் 'தமிழ் ஆராய்ச்சியின் வளர்ச்சி' *(1959)*, தனிநாயகம் அடிகளின் 'A reference guide to Tamil Studies: Books' (1966), 'Tamil Studies Abroad' *(1968)*, ந.சஞ்சீவியின் 'சங்க இலக்கிய ஆராய்ச்சி அட்டவணை' *(1973)* போன்ற பலரது நூல்களை எடுத்துக் காட்டும் ம.மதியழகன், க.பஞ்சாங்கம் அவர்களின் திறனாய்வு வரலாற்று நூலினையும் குறிப்பிடத் தவறவில்லை. மேலும்,

2005இல் வெளியான தம்முடைய நூலான 'தமிழில் பிறதுறைக் கோட்பாட்டாய்வுகள்' என்ற நூலினோடு இப்பட்டியலை நிறைவு செய்கிறார். ஆனால், 2009இல் வெளியான இந்நூலில் 2007லேயே வெளியான க.பூரணச்சந்திரனின் நூல் இடம்பெறாமல் போனது, ஆவணத் திரட்டலில் ஏற்பட்டுள்ள இடைவெளியைக் காட்டுகிறது. அதேவேளையில், திறனாய்வுக் கோட்பாட்டு நூல்கள் என்கிற அடுத்த இயலில், 1991இல் நிகழ் வெளியீடாக வந்த 'அமைப்புமையவாதமும் பின் அமைப்புவாதமும்' என்ற க.பூரணச்சந்திரனின் நூல் இடம்பெற்றிருக்கிறது. எனவே, மேற்சுட்டிய விடுபாடும் ஒரு தற்செயல் நிகழ்வாகக் கொள்ள வாய்ப்புள்ளது. மேலும், ஏற்கெனவே குறிப்பிட்டதுபோல, க.பூரணச்சந்திரன் பின்பற்றிய காலவாரியான பகுப்புமுறையைக் கைவிட்டாலும், இம்மாதிரியான நூற்பட்டியல், ஆய்வுப் பட்டியல் வழங்குவதில் ஆண்டு அடிப்படையிலான நிரல்முறையை ம.மதியழகன் பின்பற்றியுள்ளார் என்பது புலனாகின்றது.

இந்நூலில் மொத்தம் 16 இயல்கள் காணப்பட்டாலும், தொடர்ச்சியான வரலாற்று விவரிப்பு முறையிலிருந்து சற்று விலகி, இவை கட்டுரைப் பாங்கிலான அமைப்பைக் கொண்டுள்ளன. சுமார் 240 பக்கங்கள் கொண்ட இந்நூலில் பட்டியல்களே பெரும்பகுதி இடம்பெறுகின்றன. மேலும், இந்நூலின் உட்பொருண்மை யார், யார் என்னென்ன திறனாய்வு முறைகளுக்குப் பங்களிப்புச் செய்தனர்? அவர்களின் திறனாய்வு நூல்கள் யாவை? என்பதைக் குறிப்பிடுவதைக் காட்டிலும், இம்மாதிரியான திறனாய்வுகளைக் கொண்டு, தமிழ்க் கல்விப்புலச் சூழலிலும் இலக்கியச் சூழலிலும் நிகழ்ந்துள்ள ஆய்வுகளை இனங்கண்டு உரைக்கிற அளப்பரிய பணியைச் செய்திருக்கிறது. அந்த வகையில் இந்நூலின் வரவு தமிழ் ஆய்வுச் சூழல் முந்தைய இருவர் நூல்களிலிருந்து தனித்துவம் பெற்று விளங்குகிறது. ஆயினும், 2005ஆம் ஆண்டு உலகத் தமிழாராய்ச்சி நிறுவனத்தின் வாயிலாக இந்நூலாசிரியர் வெளியிட்ட 'தமிழில் பிறதுறைக் கோட்பாட்டாய்வுகள் – வரலாறும் மதிப்பீடும்' என்ற நூலின் விரிவாக்கமாகவும் 'தமிழாய்வு – திறனாய்வு வரலாறு' நூலைக் கருத வேண்டியுள்ளது.

முந்தைய இருவர் நூலிலும் இடம்பெறாத 'உளவியல் ஆய்வுகள்' என்கிற பிரிவு இந்நூலில் இடம்பெற்றிருப்பது வரவேற்கத்தக்கது. எனினும், 'இலக்கிய வகைகளின் அடிப்படையில் எழுந்த ஆய்வுகள்' என்கிற பிரிவின்கீழ் 'நவீன நாடகம்' பற்றிய ஆய்வுத் தகவல்கள் குறிப்பிடாமல் விடுக்கப்பட்டுள்ளமையும் உற்றுநோக்கத்தக்கது. மேலும் 'Tamil Diaspora Literature - Towards a Definition' என்கிற ஆங்கிலக் கட்டுரையும் இந்நூலில் முக்கியத்துவம் வாய்ந்ததாகக் கொள்ளப்படுகிறது. கலையையும் இலக்கியத்தையும் ஒப்பிட்டு நோக்கும் அடிப்படையில் 1987இல் வெளிவந்த தேனுகாவின் 'வண்ணங்கள் வடிவங்கள்' எனும் நூல் குறித்து, 'நவீன கலைகள் பற்றிய விமரிசன நூல்' எனும் தலைப்பில் வரைந்துள்ள கட்டுரையையும் குறிப்பிடுவது அவசியமாகிறது.

ம.மதியழகனின் திறனாய்வு - ஆய்வு நிலைப்பாட்டிற்கு, 'புதுமைப்பித்தன் பற்றிய எதிர்நிலை மதிப்பீடுகள்' என்கிற கட்டுரை தக்க சான்றாக அமையும். நூற்றாண்டு கண்ட படைப்பாளியான புதுமைப்பித்தன் கதைகள் மீதான தலித்திய, மார்க்சியப் பார்வையிலான திறனாய்வுகளை இனஞ்சுட்டிச் செல்கிறார். இக்கட்டுரையின் இறுதியில், 'கட்டுடைப்பு விமரிசனம்' என்கிற உட்தலைப்பின்கீழ் சாருநிவேதிதாவின் 2002இல் வெளியான 'வியாகுல சங்கீதம்' என்ற கட்டுரையில் இடம்பெற்ற காத்திரமான தொடர்களைப் பட்டியலிடுகிறார்:

> "சங்க இலக்கியங்களை, கம்பனை, பாரதியை மறுவாசிப்பு செய்யலாம் – புறந்தள்ள முடியாது. கட்டுடைக்கலாம் – கறைப்படுத்த முடியாது. இது புதுமைப்பித்தனுக்கும் பொருந்தும்." (ம.மதியழகன், தமிழாய்வு – திறனாய்வு வரலாறு, ப.206)

இக்கூற்றினை ஒரு தேர்ந்த கல்வியாளரின் திறனாய்வு நிலைப்பாட்டிற்கான அடையாளமாகக் கொள்ளவேண்டும். எந்தவொரு திறனாய்வும் / ஆய்வும் படைப்பையும் படைப்பாளியையும் புதிய கண்ணோட்டத்தில் அணுகி அதனூடாக மொழிக்குப் பயனுறும் வகையிலான பங்களிப்பைச் செய்ய வேண்டுமே தவிர, படைப்பையோ, படைப்பாளியையோ 'கட்டுடைப்பு' என்கிற பேரில் அதன் / அவரின் உள்ளடக்கச் சாரத்தை ஒட்டுமொத்தமாக நிர்மூலமாக்க வேண்டியதற்குப் பயன்படுத்தத் தேவையில்லை என்பதை மேற்கண்ட கூற்று

வலியுறுத்துகிறது. இதே கருத்தினையே இந்நூலின் பொருண்மையும் உட்கொண்டு அமைகிறது. க.பஞ்சாங்கம், க.பூரணச்சந்திரன் ஆகியோரைப் போன்றே ம.மதியழகனும்,

> "இந்நூலில் ஆசிரியரின் பார்வைக்கு வராமல் சில நூல்கள் விடுபட்டிருக்கலாம். அவ்வாறு விடுபட்ட நூல்களும் தமிழ் ஆய்வு வரலாற்றுத் தொகுப்பில் சேர்க்கப்பட வேண்டியவை" (ம.மதியழகன், தமிழாய்வு - திறனாய்வு வரலாறு, ப.13)

என்று தம் நூலின் முன்னுரை வாயிலாகப் பொருளமைதியில் உள்ள போதாமையை வெளிப்படுத்தியுள்ளார். மேலும்,

> "தமிழ்த் திறனாய்வு வரலாறு முழுமைபெற வேண்டுமெனில், சிறுபத்திரிகைத் தடத்தில் பயணம் மேற்கொள்ள வேண்டியது அவசியம். எழுத்து, வானம்பாடி, படிகள், நிறப்பிரிகை, மேலும், நிகழ், சுபமங்களா, பிரக்ஞை, புதிய கோடாங்கி போன்ற சிறுபத்திரிகைகள் விமரிசன, படைப்புலகில் குறிப்பிடத்தக்க பங்காற்றியவை. இவற்றை முழுமையாகத் தொகுத்து மதிப்பிடுதல் என்பது தனி நபரால் சாத்தியப்படக் கூடிய முயற்சியாக அமையாது. எனினும், கல்வி நிறுவனங்களின் ஆய்வுத் திட்டத்தின் கீழ் செய்யப்பட வேண்டிய முயற்சியாகும்." (ம.மதியழகன், தமிழாய்வு - திறனாய்வு வரலாறு, ப.13)

என்று குறிப்பிடுகையில் நூலாசிரியர் ஒரு திறனாய்வு வரலாற்றை எழுதமுற்படும்போது எதிர்கொள்ளும் சவால்களை இனங்காண முடிகிறது. அதேவேளை, இத்தகு சவால்களை எதிர்கொள்ளும் வழிவகையினையும் ம.மதியழகன் சுட்டத் தவறவில்லை. இந்த அளவில், ம.மதியழகனின் நூலும் வரலாற்றெழுதியலில் முழுமையைத் தேடிய நூலாகவே எண்ண முடிகிறது.

தொகுப்புரை

தமிழ் இலக்கியத் திறனாய்வு வரலாற்று நூல்களினூடாக அமைந்த இக்கட்டுரையின் தேடல்கள் வழி கிடைக்கும் புரிதல்களை இனித் தொகுத்துக் காண்போம்.

- மூவர் நூல்களிலுமே கல்வி நிறுவனஞ்சார்ந்த திறனாய்வு – ஆய்வு முன்னெடுப்புகள் கவனம் பெற்றுள்ளமை குறிப்பிடத்தக்கது.

- சிற்றிதழ் வட்டாரத்தின் முக்கியத்துவத்தை உணர்ந்து, மூவரும் அவற்றிற்கான முக்கியத்துவத்தைத் தத்தம் நூல்களில் அளித்திருக்கின்றனர்.

- மூவரின் நூல்களில் வெவ்வேறு அமைப்பிலான துணைநூற்பட்டியல் விவரம் காணலாகிறது. அதேபோல் அடிக்குறிப்பு இடுவதிலும் மூவரும் வெவ்வேறு பாணியைக் கையாள்கின்றனர். சமகால ஆய்வேடுகளின் நிலையும் இதுவாகவே உள்ளது.

- க.பஞ்சாங்கம், க.பூரணச்சந்திரன் ஆகியோரின் வரலாற்று விவரிப்பு முறைக்கும் ம.மதியழகனின் வரலாற்று விவரிப்பு முறைக்கும் வேறுபாடு உள்ளதை உணரமுடிகிறது. எனினும், ஒருவரைப் போன்று மற்றொருவரும் ஒரே மாதிரியான விவரிப்பு முறையைப் பின்பற்ற வேண்டிய கட்டாயமுமில்லை.

- க.பஞ்சாங்கம், ம.மதியழகன் ஆகியோர் தங்கள் நூலில் க.பூரணச்சந்திரனின் திறனாய்வு வரலாற்றைப் பற்றிய எந்தக் குறிப்பையும் அளிக்கவில்லை என்பது தெரிய வருகிறது.

- மூன்று நூல்களும் வெவ்வேறு காலகட்டத்தில் தோன்றியிருந்தாலும் பொருளமைதியில் ஒன்றிலிருந்து மற்றொன்று வளர்ச்சியடைந்திருப்பதாகத் தெரிகிறது.

- இத்தகைய வரலாற்று நூல்கள் தமிழ்த் திறனாய்வுச் சூழலின் கடந்தகாலப் போக்கை இனங்கண்டு கொள்ள உதவும் ஆவணங்களாக விளங்குகின்றன.

- முக்கியத்துவம் வாய்ந்த திறனாய்வின் / திறனாய்வாளரின் பங்களிப்பை அறிந்துகொள்ள உறுதுணை செய்வதுடன், எதிர்வரும் காலத்தில் புதிய புதிய சிந்தனைகளை நோக்கிப் பயணிக்க வேண்டுமென்பதற்கான தெளிவையும் இந்நூல்களின்வழி உய்த்துணர முடிகிறது.

எதிர்காலத் தேவைகள்

- இக்கட்டுரையின்வழி சுட்டப்பட்ட இடைவெளிகள், எதிர்காலத்தவர்களுக்குத் தகவல் திரட்டலில் கூடுதல் கவனம் செலுத்தவேண்டும் என்பதை வலியுறுத்துவதாக அமைகிறது.

- தமிழ்த் திறனாய்வுச் சூழலில் பெண் எழுத்தாளர்களின் / பெண் திறனாய்வாளர்களின் பங்களிப்புகள் என்ன என்பதையும் கருத்திற்கொள்ளவேண்டும். தமிழ்ச் சூழலில் பெண் படைப்பாளிகளைக் காட்டிலும் பெண் திறனாய்வாளர்களின் எண்ணிக்கை குறைவு என்பதையும் உற்றுநோக்க வேண்டும்.

- தலித்தியம், பெண்ணியம் போலவே விளிம்புநிலை மக்களான மூன்றாம் பாலினத்தவரின் இலக்கியங்களையும் அவ்விலக்கியங்கள் குறித்து எழுந்த திறனாய்வுகளையும் இனிவரும் காலம் கவனத்திற்கொள்ளவேண்டும். மேலும் ஓரின ஈர்ப்புப் பற்றிய புரிதல் சமகாலச் சூழலில் பெருகிவரும் வேளையில், பால்புதுமையர் குறித்த உரையாடல்களும் தமிழ்ச் சூழலில் தேவைக்குள்ளாகிறது.

- மானிடவியல், இனவரைவியல் (சமூக அறிவியல் புலம் சார்ந்ததாக இருந்தாலும்) சிந்தனைகள் சமகாலத் தமிழிலக்கிய ஆய்வுச் சூழலில் பெரிதும் புழக்கத்தில் உள்ள நிலையில், இவற்றையும் கருத்திற்கொண்டு பதிவு செய்யவேண்டிய தேவையும் இன்றைய சூழலில் எழுந்துள்ளது.

- கணினி யுகத்தைக் கடந்து, அதன் அடுத்தக்கட்ட வளர்ச்சியான செயற்கை நுண்ணறிவுத் தொழில் நுட்பத்திற்குள் நுழைந்திருக்கும் இன்றைய சூழலில், மின் இதழ்கள் (E-Journals), சமூக வலைதள ஊடகங்களான இணையதளங்கள் (Websites), தனிநபர் வலைதளங்கள் (Blogs), முகநூல் பதிவுகள் (Facebook feeds), வலையொளி உரைகள் (Youtube Lectures), இணையக் கூட்டங்கள் (Webinars) உள்ளிட்ட நவீனத் தொழில் நுட்பத் தளங்களில்

வெளியாகும் முக்கியத்துவம் வாய்ந்த திறனாய்வுப் பதிவுகளை இனங்கண்டு ஆவணப்படுத்த வேண்டிய தேவையும் ஏற்பட்டுள்ளது. ஆனால், இது தனிமனித உழைப்பால் மட்டும் சாத்தியப்படுவது கடினம் என்பதையும் உணர்ந்துகொள்ளவேண்டும்.

நிறைவாக, தமிழில் திறனாய்வு வரலாற்று நூல்கள் குறைவு ஏன்? என்கிற கேள்விக்கும், திறனாய்வு வரலாற்றெழுதியலில் 'இடைவெளிகள்' உண்டா? அல்லவா? என்கிற கேள்விகளுக்குமான விடைகளை இணைப்பதில்தான் இக்கட்டுரையின் பேசுபொருள் அடங்கியிருக்கிறது. இதுவரை மேற்சுட்டப்பட்ட பொருண்மைகளை அடிப்படையாகக் கொண்டோமானால், எம்.வேதசகாயகுமார் குறிப்பிடுவது போல தமிழிலக்கியத் திறனாய்வு வரலாற்று நூல்களில் இடைவெளிகள், ஆவணத் திரட்டலில் விடுபாடுகள் முதலானவை இடம்பெறாமலில்லை. ஆனால், அதேசமயம் ஒவ்வொரு திறனாய்வு வரலாற்று நூலாசிரியருக்கும் அவரவர்களுக்கான வரலாற்றெழுதியல் முறையும் தேர்ந்தெடுத்த தரவுகளும் இருக்கக்கூடும் என்பதை மறுக்கமுடியாது. மேலும், தமிழில் நாள்தோறும் புதிய புதிய இலக்கிய ஆக்கங்களும் அவை குறித்த உரையாடல்களும் வெவ்வேறு தளங்களில் வெளிவந்து கொண்டிருக்கும் சூழலில், இம்மாதிரியான தரவுகள் எல்லாவற்றையும் உள்ளடக்கிய பிரதி உருவாவது என்பது காலத்தின் தேவை என்றாலும், அப்பிரதி உருவாக்கத்திற்குப் பேருழைப்பை அளிக்கவேண்டும் என்பதையும் கருத்திற்கொள்ளவேண்டும். வேறு வகையில் சொல்வதென்றால், தமிழ்த் திறனாய்வு வரலாறு என்பது தனிநபர் உழைப்பினால் மட்டும் சாத்தியப்படுவதன்று; பலதுறை சார்ந்த பல்வேறு அறிஞர்களின் கூட்டுழைப்பைக் கோருகிறது. காரணம், ஒரு திறனாய்வு வரலாற்றாசிரியர் எல்லாத் திறனாய்வுக் கோட்பாடுகள் பற்றியோ அல்லது எல்லாத் திறனாய்வாளர்கள் பற்றியோ அல்லது எல்லாத் திறனாய்வு நூல்கள் / இதழ்கள் / கட்டுரைகள் பற்றியோ அறிந்திருக்க வாய்ப்பில்லை. இம்மாதிரியான சிக்கல்களால்தான் மேற்சுட்டிய விடுபாடுகள் / இடைவெளிகள் உண்டாகக் கூடிய நெருக்கடி ஏற்படுகிறது. அந்த வகையில், இக்கட்டுரையில் சுட்டப்பட்ட நூலாசிரியர்களின் திறனாய்வு வரலாற்று நூல்களானது, அந்தந்தக் காலத்தின் தரவுகளையும் தொழில்நுட்பங்களையும் பயன்படுத்திக் கொண்டு வெளிவந்துள்ளன என்பது தெளிவாகிறது. எனினும், இவற்றில் இடைவெளிகள்

ஏற்பட்டுள்ளன என்பதையும் கருத்திற்கொள்ளவேண்டும். அதேசமயம் இந்நூல்கள் வெளிவந்த காலப்பின்புலத்தை வைத்து நோக்கும்போது, தமிழ்த் திறனாய்வுலகிற்குக் கிடைத்திருக்கக்கூடிய அரிய களஞ்சியங்கள் என்பதை மட்டும் புரிந்துகொள்ள வேண்டும்.

துணை நின்றவை

1. நடராசன்.தி.சு., பஞ்சாங்கம்.க., (தொ.ஆ.), தமிழில் திறனாய்வுப் பனுவல்கள், 2014, சாகித்திய அகாதெமி, சென்னை.
2. பஞ்சாங்கம்.க., தமிழ் இலக்கியத் திறனாய்வு வரலாறு, ஆறாம் பதிப்பு 2014, அன்னம், தஞ்சாவூர்.
3. பஞ்சாங்கத்தின் முகநூல் பக்க இணைப்பு: https://www.facebook.com/share/p/bH1FnRBc5Q6Ckmbk/?mibextid=xfxF2i
4. பூரணச்சந்திரன்.க., தமிழ் இலக்கியத் திறனாய்வு வரலாறு, மறுஅச்சு 2016, தமிழ்ப் பல்கலைக்கழக வெளியீடு, தஞ்சாவூர்.
5. பூரணச்சந்திரன். க., இருபதாம் நூற்றாண்டுத் திறனாய்வு வரலாறு, 2011, ஆய்வேடு, சுப்பிரமணிய பாரதியார் தமிழியற்புலம், புதுவைப் பல்கலைக்கழகம்.
6. பூரணச்சந்திரனின் இணையப் பக்க முகவரி : https://poornachandran.com/
7. மதியழகன்.ம., தமிழாய்வு – திறனாய்வு வரலாறு, 2009, மித்ர ஆர்ட்ஸ் & கிரியேஷன்ஸ், சென்னை.
8. வேதசகாயகுமார்.எம்., இலக்கியத் திறனாய்வுக் களஞ்சியம், 2020, அடையாளம், திருச்சி.

- இக்கட்டுரை, மணற்கேணி இதழ் நடத்தும் 'ஆய்வுவெளி' மூலம் உரையாக 30.09.2023 அன்று நிகழ்த்தப்பெற்று, புதுவைப் பல்கலைக்கழகத் தமிழியற்புலத்தில் 'அறிவரங்கம்' நிகழ்வில் 10.07.2024 அன்று வாசிக்கப்பெற்றது.

தமிழில் நவீன இலக்கியத் திறனாய்வுச் செல்நெறிகளும் பண்பாட்டு மாற்றப் பின்புலங்களும்

தமிழில் நவீன இலக்கிய வடிவங்களான முறையே புதினம், சிறுகதை, புதுக் கவிதை, நவீனக் கவிதை தோன்றி வளர்ந்து ஏறத்தாழ ஒன்றரை நூற்றாண்டினை எட்டியிருக்கிறது. ஆனால், தமிழ்ச் சூழலில் அவ்விலக்கியங்கள் குறித்த திறனாய்வு சார்ந்த உரையாடல்கள் முறையாகத் தொடங்கி, மேலைக் கோட்பாட்டு ரீதிய திறனாய்வு அணுகுமுறைகளை நேரடியாகத் தமிழ் இலக்கியத்தோடு தொடர்புபடுத்திப் பார்க்கும் பாணி இருபதாம் நூற்றாண்டின் செம்பாதிக்குப் பிறகுதான் வெகுவாகப் பெருகியது என்பதில் வியப்பில்லை. இச்சூழலில், நவீன இலக்கியங்களில் வேரூன்றியிருக்கும் மக்களின் வாழ்வியல் பண்பாட்டுப் பின்புலங்களையும் அதில் ஏற்பட்டுள்ள மாற்றங்களையும் பரிசோதித்துக் கொள்வது அவசியமாகிறது. இப்பரிசோதனை, அதன் இலக்கியத் தரத்தைத் தீர்மானிக்கும் காரணியாகச் செயல்படுகிறது. ஏனெனில், நவீன இலக்கியங்களில் பதிவாகும் இலட்சிய / புனைவான வாழ்வியலுக்கும் நடைமுறை வாழ்வியலுக்குமுள்ள பாரதூரத்தைக் கணக்கிற் கொண்டால்தான், அதன் அடுத்தடுத்த நகர்வுகளை ஊகித்தறிய முடியும். அவ்வகையில், இருபதாம் நூற்றாண்டின் இறுதியில், ஏற்பட்டுள்ள பண்பாட்டு மாற்றங்களுக்கும் திறனாய்வுச் செல்நெறிகளுக்கும் இடையிலான தொடர்பினை அறியும் நோக்கில் இக்கட்டுரை எழுதப்பட்டுள்ளது.

தமிழில் நவீன இலக்கியத் திறனாய்வின் தோற்றப் பின்னணி

தமிழில் நவீன இலக்கிய வடிவங்கள் ஆங்கிலேய ஆட்சியில் வழங்கப்பட்ட கல்வியின் தாக்கத்தாலும் மேற்குலக நாடுகளின் இலக்கியப் போக்கை உள்வாங்கிக் கொண்டு எழுந்தவை எனலாம். இன்றைக்கு இதன் வளர்ச்சி அபரிமிதமாக இருப்பினும், தமிழில் இதற்கான தொடக்கப் புள்ளி எது என்கிற கேள்வி எழுகிறது. இதற்கு விடை காண பன்னெடுங்காலமாக இருந்த செய்யுள் / கவிதை மரபு மாற்றம் பெற்று, உரைநடையில் இலக்கியங்கள் படைக்கும் காலகட்டமாக மாற்றம் பெற்றதைக் கவனிக்க வேண்டும். வீரமாமுனிவரின் உரைநடையில் தொடங்கி, புதினத்தில் மாயூரம் வேதநாயகம் பிள்ளையின் முயற்சியைத் தொடர்ந்து, வசன கவிதையில் மகாகவி பாரதியார் தடம் பதித்ததைத் தொடர்ந்து நவீன இலக்கியம் என்கிற வகைமை வளர்ந்து வளரலாயிற்று என ஒருவாறு புரிந்துகொள்ளலாம். ஆங்கிலேயக் காலனியாதிக்கம் நீக்கமாகியிருப்பினும் மக்கள் வாழ்வியலையும் மொழியையும் பண்பாட்டு விழுமியங்களையும் அச்சிந்தனை வெகுவாகப் பாதித்திருக்கிறது என்றே சொல்லவேண்டும். இதனை மெய்ப்பிக்கும் வகையில், க.பஞ்சாங்கம் அவர்கள் குறிப்பிடும் செய்தியானது பின்வருமாறு:

> "தமிழில் நவீன இலக்கியத்தைப் போலவே நவீனத் திறனாய்வும் காலனித்துவவாதிகளின் பிரதிநிதிகளால்தான் தொடங்கி வைக்கப்பட்டுள்ளது என்பது உறுதிப்படுகிறது." *(க.பஞ்சாங்கம்(க.ஆ.), தமிழ் இலக்கியத் திறனாய்வுக் கோட்பாடுகள் : மரபும் புதுமையும், ப.48)*

இத்தகைய கண்ணோட்டத்தில்தான் நவீனத் தமிழிலக்கியத் திறனாய்வின் தோற்றுவாயை ஊகிக்க முடிகிறது. தமிழில் இதுவரை நடைபெற்ற திறனாய்வுகளுள் மார்க்சிய அணுகுமுறைத் திறனாய்வுகளே அதிகம் என்பர் திறனாய்வறிஞர்கள். அதற்கு முன்னதாகத் தமிழ்த் திறனாய்வுச் சூழலில் பெரும் புழக்கத்திலிருந்த மூலபாடத் திறனாய்வுகள் மற்றும் இரசனை, அழகியல், பாராட்டு, மதிப்பீட்டு முறைத் திறனாய்வுகள் யாவும் படைப்பின் உருவத்தையும் உள்ளடக்கத்தையும் விதந்தோதும் பாணியில்

அமைந்தவை எனலாம். ஆனால், அவற்றினால் நவீன இலக்கியப் போக்கில் பெரிய மாற்றங்கள் நிகழ்ந்ததாகத் தெரியவில்லை. சொல்லப்போனால், அவை யாவும் அதுவரை இருந்த செய்யுள் / கவிதை மரபையே சூழ்ந்து இயங்கின. ஆனால், நவீன இலக்கிய வடிவங்களை மையமாகக் கொண்டு விவாதிக்கிற / திறனாய்கிற போக்கு மேலை இலக்கிய இயக்கங்களினூடாகவே நிகழ்ந்துள்ளன. அவ்வகையில், புனைவியல், நவீனத்துவம், யதார்த்தவியல், மிகை யதார்த்தவியல், சமூகவியல், மார்க்சியம், இருத்தலியல், உளவியல், தொன்மவியல், அமைப்பியல், எடுத்துரைப்பியல், பின் நவீனத்துவம், பின் அமைப்பியல், பெண்ணியம், தலித்தியம், பின் காலனியம், சூழலியல் என நீண்டதொரு பயணத்தைத் தமிழ்த் திறனாய்வுச் சூழல் நிகழ்த்தியிருக்கிறது எனலாம். இவை யாவற்றிலும், படைப்பு – படைப்பாளி – வாசகர் ஆகியோருக்கிடையிலான பாரதூரத்தைக் கடந்து இலக்கியத்தின் உண்மையான வெளிப்பாடு என்னவாக இருக்க வேண்டுமென்பதில் ஒரு தெளிவையும் ஏற்படுத்தியிருக்கிறது எனலாம். அவ்வகையில்,

> "காலனிய ஆட்சிக்குப்பின் கிடைத்திருக்கக்கூடிய, ஒடுக்கப்பட்ட மக்களுக்கான கல்வியறிவும் அரசியல் விழிப்புணர்வும், அதிகாரச் சாதியுடன் தன்னை உரையாட முன்னெடுப்பதும் உரிமைகளை முன்வைப்பதும் தங்கள் உலகினை அழகியலுடன் முன்னெடுத்துச் செல்வதுமாக விரிகின்றன. இலக்கிய உருவாக்கத்தில் "மொழி" பற்றியதான புதிய பார்வையும் அதன்வழி அரசியலும் தலித்தியம், பெண்ணியம் மொழியைக் கட்டமைப்பதற்கு உதவியுள்ளன."
> (முனைவர் பா.செல்வகுமார், இன்றைய கவிதையின் இயங்கியல், ப.117)

என்னும் பா. செல்வகுமாரின் கூற்று, பண்பாட்டு மாற்றமானது மொழி வழியாக இலக்கியப் பிரதிக்குள் கடத்தப்படும்போது அதன் பொருண்மை பெறுகின்ற பரிமாணத்தை அடையாளம் காட்டுவதாக உள்ளது. அதேபோல், காலம் காலமாகச் சமூக அரசியல், பொருளாதாரக் காரணிகளால் ஒடுக்கப்பட்டு வந்த மக்களின் வாழ்வியல் கவனம் பெறுவதையும் உணர்ந்துகொள்ள முடிகிறது. 'கலை கலைக்காகவே' என்பதைக் கடந்து 'கலை மக்களுக்காகவே' என்கிற தளத்தினை நோக்கிச் சிந்திக்கிற பார்வையும் இதன்மூலம்

பெருகத் தொடங்கியது எனலாம். இந்தப் பின்புலத்தில்தான், மக்கள் வர்க்கத்தை முதலாளி x தொழிலாளி என வகைப்படுத்திக் காட்டி, இதில் உள்ள ஏற்றத் தாழ்வுகளை விவரித்த மார்க்சியம் உலகளவில் கவனம்பெறலாயிற்று. தமிழ்ச் சூழலிலும் இதன் தாக்கம் அளப்பரியது. அதுகுறித்து இனிக் காண்போம்.

தமிழ்த் திறனாய்வுச் சூழலில் மார்க்சியத்தின் நிலைப்பேறும் பின்னடைவும்

ஓர் இலக்கியப் படைப்பின் சாரம், அது அம்மொழிக்குரிய மக்களுக்கானதாகவும் அவர்தம் அரசியல், பொருளாதார, பண்பாட்டு வாழ்வியலை உள்ளடக்கியதாக விளங்குவதுடன், வரலாற்று ரீதியில் ஒடுக்கப்பட்ட நிலையில் கிடக்கும் மக்களின் மேம்பாடுகளை வலியுறுத்தும் விதமாகவும் விளங்கவேண்டும் என்பதை மார்க்சியம் முன் மொழிந்தது. இதைக் கச்சிதமாகத் தமிழ் இலக்கியப் பிரதிகளுக்குள் பொருத்திக் காட்டியவர்களாக, க.கைலாசபதி, கா.சிவத்தம்பி, கோ.கேசவன், நா.வானமாமலை, கோவை ஞானி, க.பஞ்சாங்கம், வீ.அரசு உள்ளிட்ட பலர் என்பதைக் குறிப்பிட்டாக வேண்டும். தமிழிலக்கியச் சூழலில், சிறுபத்திரிகை களினூடாகப் பெரும் எண்ணிக்கையிலான திறனாய்வாளர்களால் தார்மீகப் பார்வையுடன் விவாதிக்கப்பட்ட மார்க்சியத் திறனாய்வு, அமைப்பியல் திறனாய்வு அறிமுகமாகும் வரை பெரும் பேசுபொருளாக இருந்தது எனலாம். அதுவரை கண்ணில் பட்ட இலக்கியப் பிரதிகளையெல்லாம், ஒரு குழு அழகியல் கண்ணோட்டத்துடனும், மற்றொரு குழு நேரெதிர் பக்கத்தில் நின்று சமூகப் பொருளாதார வர்க்கப் பேதக் கண்ணோட்டத்துடனும் அணுகின என்பது எண்ணிப் பார்க்கத்தக்கது. ஆனால், எந்தவொரு சிந்தனையும் கோட்பாடும் நிலைப்பேறானதாகவும் எந்த மாற்றத்திற்கும் உள்ளாகாததாகவும் இருந்துவிடுவதில்லை. அது காலவெள்ளத்தில் பல்வேறு தாக்குதல்களுக்கும் மாறுதல்களுக்கும் உட்பட்டே இயங்கவேண்டியுள்ளது. எம்.ஜி.சுரேஷின் 'அனைத்துக் கோட்பாடுகளும் அனுமானங்களே' (அடையாளம்) எனும் நூல் இது குறித்து மேல்விளக்கங்களுக்கு உதவும். அவ்வகையில், உலகளவில் கோலோச்சிய மார்க்சியப் பேரியக்கம் அதன் தத்துவார்த்தக் கட்டமைப்பில் இருந்த சிக்கல்களையும் எதிர்கொள்ள

வேண்டியிருந்தது. கூடுதலாக, அதற்குள் நிலவிய கலை, இலக்கியப் பார்வை சார்ந்த புரிதல் குறைபாடுகள் இனங்காணப்படுதலும் மாற்றுப் பார்வைகள் வலுப்பெறுதலும் நிகழ்ந்தேறி வந்துள்ளன. அந்த அடைப்படையில்,

> "சோவியத் ரஷ்யாவின் சிதைவு மார்க்சியத் திறனாய்வாளர்களின் அணுகுமுறையில் மாற்றத்தை ஏற்படுத்தியுள்ளது. ஒருவரையொருவர் தனிப்பட்ட நிலையில் காரசாரமாகத் தாக்கி உத்வேகத்துடன் விமர்சித்த சூழல் மாறி விட்டது. அமைப்பியல், பின் நவீனத்துவம், பின்காலனியம் போன்ற கருத்தியல்கள் சிறுபத்திரிகைகளில் அறிமுகமாகிக் காலூன்றிவிட்டன. பெண்ணியம், தலித்தியம் என்ற நிலையில் சிறப்பு விமர்சகர்கள் உருவாகிக் கொண்டிருக்கின்றனர்."
> (ந.முருகேசபாண்டியன், விமர்சகர்கள் படைப்பாளர்கள், ப.63)

என்று முருகேசபாண்டியன் 2006ஆம் ஆண்டுக் காலகட்டங்களில் வழங்கிய குறிப்பினைக் கொண்டு புரிந்துகொள்ளலாம். இத்தகைய இலக்கியக் கோட்பாடுகள் ஒன்றையொன்று அதன் தத்துவ அடித்தளத்தைக் கேள்விக்குட்படுத்தி, அதன் போதாமைகளையும் நிறை, குறைகளையும் கருத்திற்கொண்டு புதிய புதிய பார்வைகளுடன் தோன்றிக்கொண்டே வந்துள்ளன என்பது புலனாகிறது. மேலும், இப்படியான கோட்பாட்டு ரீதிய தத்துவ உரையாடல்களைத் தமிழ்ச் சூழலில் தொடர்ந்து அறிமுகப்படுத்தியதிலும் அதன் விவாதத்தைப் பெருக்கியதிலும் சிறுபத்திரிகைகளின் பங்கு அளப்பரியது என்பதையும் நினைவிற்கொள்ள வேண்டும்.

மார்க்சியத்திற்குப் பிறகான தமிழ்த் திறனாய்வுச் சூழலும் பண்பாட்டு மாற்றமும்

மேலை இலக்கியத் திறனாய்வுக் கோட்பாடுகளின் அறிமுகமும் பயன்பாடும் ஒரு பக்கம் அவ்வப்போது மாற்றம் பெற்றுக்கொண்டு வர, தமிழ்ச் சூழலில் அதற்கேற்ப இலக்கியங்களும் அதன் பொருண்மைத் தளங்களில் மாற்றம் பெற்று வந்தனவா என்பதையும் நோக்க வேண்டும். அதிகார வர்க்கத்தின் சிந்தனை உற்பத்திப் பொருளாக இருந்த மொழியையும் அதனால் கட்டமைக்கப்படுகின்ற இலக்கியப் பின்புலத்தையும், பன்னெடுங்காலமாகச் சமூகத்தில் புறந்தள்ளப்பட்ட எளிய மக்களை நோக்கிப் பார்வையைத்

திருப்பியது தலித்தியம் எனலாம். உலகளாவிய பொருளாதார வர்க்கப் பேத, நிறப் பிரிவினை, பால் பாகுபாடு மற்றும் அதிகாரத்துவ ஒடுக்குமுறைகளை மட்டும் கவனம் செலுத்தியிருந்த பார்வையிலிருந்து, மேலும் ஒரு படி மேலே சென்று இந்தியாவில் வர்ணாசிரமக் கொள்கையின் அடிப்படையில் மேலாதிக்கம் செலுத்துகின்ற சாதிய அமைப்புமுறையை எதிர்த்துக்கொண்டு தலித்தியச் சிந்தனைமுறை வளர்த்தெடுக்கப்பட்டது. ஒருவகையில், ஒடுக்குமுறைக்கெதிராகக் குரல் கொடுக்கும் மார்க்கியமும், பின் அமைப்பியலின் விளிம்புநிலை / தலைகீழாக்க / கட்டுடைப்புப் பார்வையும், பின்காலனியத்துவத்தின் தாக்கமும் தமிழ்ச் சூழலில் தலித்திய, பெண்ணிய இலக்கியங்கள் தோன்றவதற்குக் காரணமாக அமைந்தன எனலாம். மேலும், இந்தியாவில் 1990களுக்குப் பிறகு அம்பேத்கர் நூற்றாண்டுக் கொண்டாட்டங்கள் முன்னெடுக்கப்பட்டது, தலித் இலக்கிய வளர்ச்சிக்குப் பெரும் ஊக்கமளித்ததையும் இவண் கருத்திற்கொள்ள வேண்டும். எனவே, தொண்ணூறுகள் வரை ஒடுக்கப்பட்டோருக்கான இடம் இலக்கியத்தில் என்னவாக இருக்கிறது என்கிற பார்வையே புதிதாக இருந்தது. அத்துடன், தமிழில் எளிய மக்களின் மொழியாக இருந்த நாட்டுப்புற இலக்கிய வடிவங்களும் மொழியாடல்களும் இதனோடு இணைத்து நோக்கப்பட்டன. அவ்வகையில்,

> "படைப்பு, படைப்பாளி, வாசகன் உறவுகளை அமைப்பியல் அணுகுமுறையில் அணுகி, படைப்பாளியின் சமூகத் தொடர்புகளையும், கூட்டு மனநிலையையும் விளக்கி, இறுதியில் இன்று மூன்றாம் உலக நாடாகிய இந்தியாவில் தமிழகத்தில் தலித் இலக்கியம் உருவாக வேண்டியதை வலியுறுத்தும் விமர்சனமும் தொடங்கியுள்ளது." (ராஜ் கௌதமன், எண்பதுகளில் தமிழ்க் கலாச்சாரம், ப.47)

என 1982களில் ராஜ்கௌதமன் குறிப்பிட்டது, சமகாலத்தில் அதன் உச்சத்தை அடைந்திருக்கிறது என்றே சொல்லலாம். கவிதையில் காட்டமாகக் கிளம்பிய தலித்தியத் தெறிப்புகள், புதினம், சிறுகதை, தன் வரலாறு, அரங்கம் (நாடகம்) ஆகியவற்றில் தடம் பதித்தது மட்டுமன்றி, திரைப்படம், நவீன ஓவியம் உள்ளிட்ட அனைத்து நவீனத்துவ வடிவங்களிலும் தனக்கெனத் தனிப்பெரும் பரப்பையும் பாணியையும் உண்டாக்கியிருக்கிறது. கோ.கேசவன், டேனியல்,

பூமணி, இமையம், விழி.பா.இதயவேந்தன், ராஜ்கௌதமன், சிவகாமி, பாமா, அபிமானி, கே.ஏ.குணசேகரன், து.ரவிக்குமார், உஞ்சை ராசன், தலையாரி, சுப்பையா, இராசேந்திரசோழன், இன்குலாப், பா.செயப்பிரகாசம், தமிழவன், வீ.அரசு, தொ.பரமசிவன், க.பஞ்சாங்கம், அழகியபெரியவன், பெருமாள் முருகன், பாவண்ணன், ச.இராசநாயகம் போன்ற தலித் தரப்பினரும் தலித் அல்லாத தரப்பினருமாகச் சேர்ந்து பெரும் திரளானோர் தலித் இலக்கியப் பங்களிப்பினைச் செய்துள்ளனர்; செய்து வருகின்றனர். இவர்களுள் ராஜ்கௌதமனின் தலித்தியத் திறனாய்வுப் பங்களிப்பு மிகக் குறிப்பிடத்தக்கது. தமிழில் தலித் இலக்கியம் என்கிற தனி இலக்கிய வகைமையைச் சுட்டுமளவிற்கு இன்றைக்கு இதன் ஆழமும் அகலமும் வளர்ந்துள்ளது. முனைவர் பா.செல்வக்குமார் எதிர் வெளியீட்டின் வாயிலாக வெளியிட்டுள்ள 'தலித் இலக்கிய வரலாறு' எனும் நூல், தமிழிலக்கிய வெளியில் தலித்தியப் பண்பாட்டு ரீதிய எழுத்துகளின் பெருக்கங்களையும் அவை நிகழ்த்திய இடையீடுகளையும் படம் பிடித்துக்காட்டுகிறது. தலித்தியத்தைப் போலவே, பெண்ணியமும் தமிழ்ச் சமூகத்தில் பெரும் வரவேற்பைப் பெற்றது.

இன்றைக்கு உலகளவில் மூன்று அலைகளாகப் பரவி கோலேச்சியிருக்கும் பெண்ணியம், தமிழ்ச் சூழலில் பெரும் பேசுபொருளாகியதும் குறிப்பிடத்தக்கது. மக்களுள் வர்க்க, சாதிய ஒடுக்குமுறைகளைக் கடந்து பாலின / பாலியல் ஒடுக்கு முறைக்குள்ளாகும் பிரிவினராகப் பெண்கள் இருந்துவந்தமையைச் சுட்டிக்காட்டித் தமிழிலக்கியச் சூழலில் பெரும் பரபரப்பை உண்டாக்கியது, பெண்ணியம். இதனை மையப்படுத்தி ராஜம் கிருஷ்ணன், அம்பை, உமா மகேஸ்வரி, திலகவதி, எம். பகீரதி, குட்டி ரேவதி, இரா.பிரேமா, கனிமொழி, தமிழச்சி தங்கபாண்டியன், சல்மா, சுகிர்தராணி, சு.தமிழ்ச்செல்வி, ப.கல்பனா, அ.வெண்ணிலா, தமிழ்நதி, தி.பரமேசுவரி, பாமா, தாட்சாயணி, லீனா மணிமேகலை, ஈழவாணி, மாலதி மைத்ரி, சக்திஜோதி, மனுஷி உள்ளிட்ட கணக்கற்றோர் பெண்ணியப் படைப்புகளை அளித்துவருகின்றனர். தலித் இலக்கியத்தில் எழுந்த விவாதம் போலவே, பெண்ணிய எழுத்துகளைப் பெண்களே எழுதுவதா? பெண்ணிய நோக்குடன் ஆண்கள் எழுதுவதும் பெண்ணிய இலக்கியமாகுமா? என்கிற

உரையாடல்கள் கிளர்ந்ததும் குறிப்பிடத்தக்கது. இதில் தர்க்கப்பூர்வமான முடிபை எட்டமுடியாமல் இருப்பினும், சில ஆண் படைப்பாளர்களும் பெண்ணிய நோக்குடன் படைப்புப் பங்களிப்பைச் செய்துள்ளனர் என்பதைச் சுட்டிக் காட்டவேண்டும். மேலும், பழந்தமிழிலக்கியங்கள் தொடங்கி, சமகால இலக்கியங்கள் வரை பெண்மொழி, பெண் இருப்பு, பெண்கள் குறித்த பதிவு என்னவாகப் பேசப்பட்டிருக்கிறது என்பதையும் பெண்ணியம் கவனத்திற்கொண்டு இயங்கியுள்ளது. அந்த அடிப்படையில், பெண்ணியத் திறனாய்வுகளும் வளம்பெறத் தொடங்கியது எனலாம். செல்வி திருச்சந்திரன், அரங்க மல்லிகா, த.விஜயலட்சுமி போன்றோர் பெண்ணியத் திறனாய்வுப் பார்வைக்குப் பெரும்பங்கு ஆற்றி வருகின்றனர். முனைவர் பா. செல்வக்குமாரின் 'இலக்கியத்தில் பெண்ணியம் – தலித் பெண்ணியம்' என்னும் நூல் பெண்ணியத்தின் வளர்ச்சியானது, தமிழ்ச் சூழலில் எத்தகையதாக இருந்துள்ளது என்பதற்கான கைவிளக்கப் பிரதியாக உள்ளது. இதில் கவனிக்க வேண்டியது, பெண்களுள் மிகுதியும் ஒடுக்கப்படுவோர் 'தலித் பெண்களே' என்கிற பிரக்ஞை உருவாகி இருப்பதாகும்.

சமகாலத் தமிழ்ச் சூழலில் புதிய திறனாய்வு அணுகுமுறைகளும் பண்பாட்டுப் பின்புலங்களும்

சமகாலத் தமிழ்த் திறனாய்வுச் சூழலில் பேசப்பட்டு வரும் தலித் பெண்ணியம், சூழலியப் பெண்ணியம், விளிம்புநிலை நோக்குத் திறனாய்வு (மூன்றாம் பாலினித்தவர் குறித்த திறனாய்வு) உள்ளிட்ட புதிய திறனாய்வு அணுகுமுறைகள், மேலும் மேலும் ஓர் இலக்கியப் பிரதிக்குள் நுணுகிச்சென்று, மாற்றுக் கண்ணோட்டங்களை விதைப்பதற்குத் தக்க சான்றுகளாகும். இதில் சூழலியப் பெண்ணியம் குறித்து ச.வின்சென்ட் தரும் குறிப்பு இவண் உற்று நோக்கத்தக்கது:

"சூழலியப் பெண்ணியம் இயற்கையை அடிமைப் படுத்துவற்கும் பெண்களை ஆதிக்கத்திற்கு உட்படுத்துவதற்கு முள்ள தொடர்பை வலியுறுத்தும் ஒரு போராட்டக் களமாக, அதே சமயம் கல்விப்புலம்சார்ந்த, இயக்கமாக இருந்தது." (ச.வின்சென்ட், திறனாய்வுக் கோட்பாட்டாளர்களும் கோட்பாடுகளும், ப.258)

இலக்கியப் பிரதிக்குள் இயற்கையைப் பெண்மைக்குக் குறியீடாக்குவதும், 'தாய்மை' எனும் அடையாளப்படுத்தலுக்குப் பின்னிருக்கும் நுண்ணரசியல் காரணிகளையும் வெளிக்கொணரும் புதிய திறனாய்வு அணுகுமுறையாகச் சூழலியத் திறனாய்வு அமைந்திருப்பதைப் புரிந்துகொள்ளலாம். மேலும், தமிழ்ச் சூழலில் வனத்து அந்தோணியின் 'Eco-Feminist Discourses in Tamil' எனும் ஆய்வை எடுத்துக் காட்டும் வின்செண்ட், தமிழிலக்கிய நெறியில் இருந்து வருகிற திணைக் கோட்பாட்டு அடிப்படையில் இதனை அணுக வேண்டிய தேவையை வலியுறுத்துகிறார்.

ஆண், பெண் என்கிற இருபாலினத்தவரைக் கடந்து, சமூகத்தில் மூன்றாம் பாலினத்தவர்களுக்கான படைப்புத் தளமும் அவர்களையொட்டிய திறனாய்வுப் பார்வையும் பிறந்து வருகிறது. இத்தகைய இலக்கியங்கள் 'விளிம்புநிலை மக்கள் இலக்கியம்' என்றும் இப்படைப்புகள் குறித்த திறனாய்வை 'விளிம்புநிலைத் திறனாய்வு' என்றும் அடையாளம் சுட்டுமளவிற்கு வளர்ந்து வருகிறது. இங்கு 'விளிம்புநிலையினர்' என்பது சாதியால் ஒடுக்கப்பட்டோரையும் குறிக்கிறது என்பதையும் கருத்திற்கொள்ள வேண்டும்.

உலகமயமாக்கலும் தாராளமயமாக்கலும் பெருகிவரும் பண்பாட்டுச் சூழலில், சில நெகிழ்வுகள் அல்லது மாற்றுப் பாதைகள் பிறந்திருப்பதையும் இங்கு கருத்திற்கொள்ள வேண்டும். குறிப்பாக, குடும்ப அமைப்பில் ஏற்பட்டுள்ள பண்பாட்டு நெருக்கடிகள், சிதைவுகள், நெகிழ்வுகள் உள்ளிட்ட காரணிகளின் அடிப்படையில் மனித உறவுகளின் பிணைப்பைப் பரிசோதித்துப் பார்க்கவேண்டியிருக்கிறது. மேலும் பிறப்பால் ஏற்படும் பால் வேறுபாடுகளையும், சமூக உறவுகளினால் ஏற்படும் பாலின வேறுபாடுகளையும் கருத்திற்கொள்ளும் ஜூலியா கிறிஸ்தவா வலியுறுத்தும், பாலியல் விழைவு (Sexual Desire) பெறுகின்ற முக்கியத்துவத்தைக் கணக்கிற்கொள்ள வேண்டியுள்ளது. ஏனெனில் மூன்றாம் பாலினத்தவர்களுக்கான வாழ்வியலைப் பேசும் இலக்கியங்களும் சரி, அவர்தம் (பாலியல்) சிக்கல்களையும் இருப்பையும் வெளிக்கொணரும் திறனாய்வுப் பார்வையும் சரி வெகுசில காலத்திற்கு முன்பு வரை தமிழ்ச் சூழலில் பெரிய அளவில் பேசப்படவில்லை என்றே கருதமுடிகிறது. சு.சமுத்திரத்தின்

‘வாடாமல்லி’, கி.ராஜநாராயணனின் ‘கோமதி’ உள்ளிட்டவை விதிவிலக்கு. பிரியா பாபு, கல்கி சுப்ரமணியம், அ.ரேவதி போன்ற திருநங்கையர்களும் இன்று திருநர் சமூக முன்னேற்றச் செயல்பாடுகளைக் கடந்து, படைப்புச் சூழலில் கவிதை, புனைகதை, தன்வரலாறு எனப் பல்வேறு தளங்களில் இயங்கி வருகின்றனர். இத்தகைய நிலையில், மூன்றாம் பாலினத்தவரின் மீதான பார்வை என்னவாக இருந்தது; இருக்கிறது என்பதையும் எண்ணிப் பார்க்கவேண்டும். அலி, பேடி (தொல்காப்பியம்) என்றும், சமகாலத்தில் ‘ஒன்பது’ என்றும் குறிப்பிடப்பட்டனர். தமிழகத்தின் முன்னாள் முதல்வர் மு.கருணாநிதியின் முன்னெடுப்பில் நிகழ்ந்த, ஆணாகப் பிறந்து பெண்ணாக மாறியவர்களுக்கு ‘திருநங்கை’ என்றும், பெண்ணாகப் பிறந்து ஆணாக மாறியவர்களை ‘திருநம்பி’ என்றும் வழங்கும் வழக்கம் உருவானது. தமிழ்ப் பண்பாட்டில் மிக முக்கிய மாற்றமாகும். இதன் எதிரொளி, க்ரியாவின் தற்காலத் தமிழகராதியில் ‘திருநர்’ சமூகம் என்பதற்கான விளக்கமளிக்கும் அளவிற்கு வித்திட்டது எனலாம். மேலும், பண்பாட்டு மாற்றப் பின்னணியில் அவர்களுக்கான அடிப்படை வாழ்வியல் தேவைகள் (கழிப்பறை) தொடங்கி அரசு ஆவண அடையாளச் சான்றுகள் (குடியிருப்பு, வாக்குரிமை, கல்வி), வேலைவாய்ப்பில் தனி இட ஒதுக்கீடு வரை அத்தனைக் கூறுகளும் சேர்த்து நோக்கவேண்டும். பன்னெடுங்காலமாக ஒடுக்கப்பட்ட நிலையில் இருந்துள்ள ஒரு மானிடப் பிரிவினருக்குக் கிடைக்கும் இத்தகைய வாய்ப்புகளுக்குப் பின்னால் இருக்கும் சமூக அங்கீகாரத்தின் அளவுகோல் எதைச் சார்ந்திருக்கிறது என்கிற கேள்வி எழக்கூடும். இதற்கு விடையாக,

> “ஆண் / பெண் பால் பிரிவு துல்லியமானது. இருவேறு துண்டுகள் ஒன்றுடனொன்று தொடர்பற்றது என்ற ஊகத்தின் அடிப்படையில்தான் மாற்றுப் பாலினப் புணர்ச்சி (Heterosexuality) தொழிற்படுகிறது. தந்தைமை ஆதிக்கச் (Patriarchy) சமூகக் கட்டமைப்பின் இன்றியமையாத அடிக்கட்டுமானம் இந்த எதிர்பால் விழைவு. இதனால்தான் ஓரினப்புணர்ச்சி (Homosexuality) இயற்கைக்கு எதிரானதாகக் கருதப்படுகிறது.” *(அ.மங்கை, அரவாணிகளும் மனிதர்களே…, பக்.9-10)*

என்கிற கூற்றின் வழி, மூன்றாம் பாலினத்தவரின் சுதந்திரத்திலும் நடைமுறை வாழ்வியலிலும் இருக்கின்ற சிக்கல்களையும் அதன் நுண்ணரசியலையும் தோலுரித்துக் காட்டுகிறார் அ.மங்கை. பெண்களைப் போலவே, மூன்றாம் பாலினத்தவர்களும் எப்படி முற்றுமுழுதான ஒடுக்குமுறைக்கு ஆளாகின்றனர் என்பதை வரலாற்றுப் பின்புலத்தோடு எடுத்தியம்புகிறார். திருநர்கள் குறித்து, தஞ்சைப் பல்கலைக்கழக மேனாள் பதிவாளர் கு.சின்னப்பன் அவர்களின் ஆய்வு நூல்கள் கவனம் பெறத்தக்கன.

தமிழ்த் திறனாய்வுச் சூழலில், மாறி வரும் நவீன வாழ்வியலுக்கேற்ப அதன் படைப்புத் தளமும் அது குறித்த பார்வையும் மாறிக்கொண்டே வருகின்றன. இதனை க.பஞ்சாங்கம் அவர்களின் மொழியில் புரிந்துகொள்வது பொருத்தமாக இருக்கும்:

> "இரண்டாயிரத்திற்குப் பிறகு உலகமயமாதல் வேகமுற்ற சூழலில், உலக முதலாளித்துவம் உள்நாட்டு வளங்களை எல்லாம் சூறையாடுகிற நிலையில் பின்காலனித்துவத் திறனாய்வு இங்கே வளர்கிறது... ஈழப்போர் காரணமாகத் தமிழர்கள் உலக நாடுகளில் சிதறிக் கிடப்பதாலும் புலம்பெயர் இலக்கியங்கள் முன்பு எப்போதும் இல்லாத அளவிற்குத் தமிழில் உற்பத்தி செய்யப்படுகின்றன; அத்தகைய இலக்கியங்கள் குறித்த விமர்சனங்களை நிகழ்த்திக் காட்டப் புலம்பெயர் இலக்கியத் திறனாய்வு என்றொரு புதிய எழுத்துமுறையே தமிழில் உருவாகி நடந்துகொண்டிருக்கிறது. உலகமயமாதலால் இந்தப் பூமியின் இருப்பிற்கே ஆபத்து வந்துள்ள நிலையில் சூற்றுச் சூழல் குறித்த உரையாடல் உலகம் முழுவதும் பெருகி உள்ளது; இதனால் சுற்றுச் சூழல் சார்ந்த இலக்கியப் படைப்புகளும் வந்த வண்ணம் உள்ளன; கூடவே அவ்விலக்கியங்கள் குறித்து ஆழமாக மொழியாடுவதற்கு வசதியாகச் சுற்றுச் சூழல் திறனாய்வும் தமிழில் அறிமுகமாகியுள்ளது." *(க.பஞ்சாங்கம், திறனாய்வும் கோட்பாடும், ப.103)*

எனவே, பண்பாட்டுக் காரணிகளில் ஏற்படும் ஒவ்வொரு மாற்றமும் இலக்கியத்தில் பிரதிபலிக்கிறது என்பது உறுதியாகிறது. மேலும், அவ்விலக்கியங்களின் வழி, புதிய திறனாய்வு

அணுகுமுறைகள் தோன்றுவதுடன் அதன் இலக்கியத் தரத்தையும் இன்னும் பேச வேண்டிய பேசுபொருள் நோக்கியும் அவை உந்தித் தள்ளுகின்றன என்பதை மேற்கண்ட பதிவின் வழி உணர்ந்து கொள்ளலாம்.

நிறைவுரையாக, பண்பாடும் இலக்கியமும் மனித வாழ்வியலின் இரு துருவங்களாக அமைந்திருக்கின்றன என்பதை அறிந்துகொள்ள முடிகிறது. மேலும், பண்பாட்டு மாற்றங்கள் அதன் மீதான திறனாய்வு சார்ந்த உரையாடல்களிலிருந்து நிகழ்வதையும் உய்த்துணர முடிகிறது. காலம்தோறும் மாறி வரும் பண்பாட்டிற்கேற்ப, இலக்கியப் பாடுபொருண்மைகளும், இலக்கியத் திறனாய்வு அணுகுமுறைகளும் தோன்றிக்கொண்டே இருப்பதற்குத் தமிழ்ச் சூழலின் கடந்த நூற்றாண்டிலிருந்து சமகாலம் வரை நிகழ்ந்துள்ள மாற்றங்களே தக்க சான்றுகளாகும். இதன்மூலம், மொழியின் அளப்பரிய பணியாக, மக்களுக்கு ஏற்படும் வாழ்வியல் நெருக்கடிகளைக் களைந்து, வளமான வாழ்விற்கு வித்திடுவதை எண்ணிப் பார்க்க வேண்டியுள்ளது. இதைத் தமிழ் மொழியானது வெகு சிறப்பாகவே செய்திருக்கிறது; செய்து கொண்டு வருகிறது என நம்ப முடிகிறது. ஏனெனில், 'மானுட மேம்பாட்டை வலியுறுத்தாத பண்பாடு ஒன்று உண்டா?' என்கிற கேள்வியில் இருக்கிறது, இதற்கான விடை.

துணை நின்ற நூல்கள்

1. க.பஞ்சாங்கம் (க.ஆ.), காமராசு.இரா.(தொ.ஆ.), தமிழ் இலக்கியத் திறனாய்வுக் கோட்பாடுகள் : மரபும் புதுமையும், சாகித்திய அகாதெமி, சென்னை, 2018.
2. செல்வகுமார்.பா., இன்றைய கவிதையின் இயக்கவியல், தாமரை பப்ளிகேஷன்ஸ் (பி) லிட்., சென்னை, 2017.
3. க.பஞ்சாங்கம் (க.ஆ.), தமிழவன் (தொ.ஆ.), திறனாய்வும் கோட்பாடும், சாகித்திய அகாதெமி, சென்னை, 2022.
4. மங்கை.அ., அரவாணிகளும் மனிதர்களே..., நியூ செஞ்சுரி புக் ஹவுஸ் (பி) லிட்., சென்னை, 2012.

5. முருகேசபாண்டியன்.ந., விமர்சகர்கள், படைப்பாளர்கள், நியூ செஞ்சுரி புக் ஹவுஸ் (பி) லிட்., சென்னை, 2017.

6. ராஜ் கௌதமன், எண்பதுகளில் தமிழ்க் கலாச்சாரம், நியூ செஞ்சுரி புக் ஹவுஸ் (பி) லிட்., சென்னை, 2018.

7. வின்சென்ட்.ச., திறனாய்வுக் கோட்பாட்டாளர்களும் கோட்பாடுகளும், பிறழ் வெளியீடு, மதுரை, 2019.

- பருகூர் அரசு மகளிர் கலை மற்றும் அறிவியல் கல்லூரியில் 12 செப்டம்பர் 2023 அன்று நடைபெற்ற "தமிழர் பண்பாட்டில் மரபும் மாற்றங்களும்" என்ற தலைப்பிலான பன்னாட்டுக் கருத்தரங்கிற்கு அளிக்கப்பெற்ற கட்டுரை.

பௌத்த - மார்க்சியப் பொருள்முதல்வாதச் சிந்தனைகள்: சில ஒப்பீடுகள்

மனிதகுல வரலாற்றில் சமூக மாற்றத்துக்கான போராட்டத்தில் 'தத்துவம்' முக்கியப் பங்கு வகிக்கிறது. எதையும் தர்க்கம் செய்து முடிவுக்கு வருவதற்கு அறிவுலகம் வாய்ப்பளிக்கிறது. இந்த உலகம் எப்படி உருவானது? வாழ்க்கை எதை நோக்கி, எவ்வாறு நகர்கிறது? இவ்வுலகில் நிகழும் பிரச்சனைகளின் காரண காரியங்கள் என்ன? இவற்றை அலசி ஆராய்வது தத்துவத்தின் முதன்மைச் சாரமாக அமைகிறது. 18-19ஆம் நூற்றாண்டுகளில் ஏற்பட்ட அறிவியல் வளர்ச்சியையொட்டி, அறிவு ஜீவிகள் பொருள்முதல்வாதத்தை முன்னிறுத்தினர். முன்னெப்போதும் இல்லாத அளவிற்கு, பொருள்முதல்வாதச் சிந்தனைகள் மக்கள் வாழ்வியலில் முக்கியத்துவம் பெறத் தொடங்கியது, இக்காலகட்டத்தில்தான். பால், இனம், பொருளாதாரம், மொழி, அரசியல் போன்றவற்றின் பேரில் ஒடுக்கப்பட்ட, பிளவுபடுத்தப்பட்ட, அடிமையாக்கப்பட்ட மக்களுக்குத் தங்களின் நிலையை உணர இத்தகைய அறிவார்த்த வாதங்கள் பக்கத்துணையாக நின்றன என்றால் மிகையாகாது.

விஞ்ஞானத்தின் முக்கியமான கண்டுபிடிப்புகள் புரட்சிகரமான மாற்றங்களை, மனித வாழ்க்கையில் நிகழ்த்திச் செல்கின்றன. இதனால் முந்தைய தத்துவக் கருத்தாக்கங்களை முறைப்படுத்தவோ, மறுபரிசீலனை செய்யவோ தேவை ஏற்படுகிறது. விஞ்ஞானத்தின் பல்வேறு அறிவுச் சேகரங்கள் பரவலாகி உறுதி பெற்று, காலப்போக்கில் ஆழமடைகின்றன. அதற்கேற்றாற்போல் தத்துவ ஞானமும் செழுமையுற வேண்டியது அவசியமாகிறது. இந்தச் செயல்முறைகளுக்கு அடிநாதமாக விளங்குவது, வாதங்களே

(தர்க்கம்) ஆகும். அவ்வகையில், இந்திய வரலாற்றில் தத்துவப் பின்புலத்தில் பெரும் தாக்கத்தை ஏற்படுத்திய பௌத்தமும் உலகளாவிய தத்துவப் பின்புலத்தில் கோலோச்சிய மார்க்சியமும் கொண்டிருந்த பொருள்முதல்வாதச் சிந்தனைகளின் சில கூறுகளை ஒப்பிட்டு நோக்க முயல்கிறது இக்கட்டுரை.

தத்துவம் - பொருள் விளங்கிக் கொள்ளுதல்

தத்துவத்தில் காணப்படும் வாதமுறைகளை அறிவதற்குமுன், தத்துவம் என்பதற்கான சொற்பொருள் விளக்கத்தை அறிந்துகொள்வது இவ்விடத்தில் அவசியமாகிறது. 'ஃபிலாசபி' (Philosophy) எனும் ஆங்கிலச் சொல் கிரேக்கத்திலிருந்து தோன்றியது என்பர்.

'Philosophy' என்கிற பதத்திற்கு காம்பிரிட்ஜ் அகராதி, "The use of reason in understanding such things as the nature of the real world and existence, the use and limits of knowledge, and the principles of moral judgment" எனும் விளக்கத்தைத் தருகிறது. உலகைப் பற்றிய தேடலிலிருந்து, அறிவினைப் பெற்று, அதன்மூலம் ஒழுக்கவிதிகளை ஆக்கிக் கொள்ளப்படுவதை இது குறிக்கிறது.

சென்னைப் பல்கலைக்கழகத் தமிழ்ப் பேரகராதி (Tamil Lexicon), உண்மை (Truth, reality, substance), பொருள்களின் குணம் (Essential nature of things, quality)" (ப.1743) என்று பொருள் தருகிறது. இவ்விளக்கம் உண்மை என்கிற கருத்தியலையும், பொருள் என்கிற பருப்பொருண்மையையும் வலியுறுத்துகிறது.

க்ரியாவின் தற்காலத் தமிழ் அகராதி, தத்துவம் என்பதற்கு, "1.உலகத்தின் அல்லது மனிதனின் இருப்பிற்கான அர்த்தத்தை அறிந்து வெளிப்படுத்தும் கோட்பாடு 2. வாழ்க்கை குறித்துத் தன்னளவில் கொண்டிருக்கும் ஒரு கருத்து அல்லது கண்ணோட்டம்; (one's) views." (ப.500) என்கிற தன்மையில் பொருள் தருகிறது. ஆக, மனிதனை மையமிட்ட அறிவார்த்த தேடலின் வெளிப்பாடே 'தத்துவம்' எனக் கொள்ளமுடிகிறது.

தமிழ்ச் சூழலில், தொல்காப்பியர் தத்துவத்தைக் குறிக்க 'காட்சி' என்கிற சொல்லினைக் கையாண்டுள்ளார் எனக் குறிப்பிடுகிறார், பேரா. நிர்மல் செல்வமணி. மணிமேகலையில் வரும் 'சமயக் கணக்கர்தம் திறம் கேட்ட காதை'யில் மணிமேகலை

பல தத்துவவாதிகளைச் சந்தித்தாகக் குறிப்பிடப்படுகிறது. எனவே, இத்தகைய தத்துவவாதி(சமயவாதி)கள் அவரவர் சார்ந்த மதத்தின் (கருத்துமுதல்வாத / பொருள்முதல்வாத) அம்சங்களைக் கூறி, வாதங்கள் புரியும் செயல்பாடுகள் நடந்தேறின எனக் கருதலாம். நீலகேசியில் 'தத்துவ தரிசி' (மெய்க்காட்சியாளன்) எனும் சொல் இடம்பெறுகிறது. சித்தர் காலத்தில் (சித் – அறிவு) என்கிற நிலையில், சித்தர்கள் 'மெய்யறிவில்' தோய்ந்தவர்களாகச் சுட்டப்படும் வழக்கம் இருந்துள்ளது. சமகாலத்தில் கோவை ஞானி அவர்களால் புழக்கமாக்கப்பட்ட 'மெய்யியல்' என்னும் சொல்லாட்சியும் வழமையில் உள்ளது. ஆகவே, தத்துவம் என்பது தமிழ்ச் சூழலில் இத்தகைய வெவ்வேறு பெயர்களில் புழக்கத்தில் இருந்தது என்பது தெரியவருகிறது. தத்துவத்தை விளங்கிக் கொள்ள பின்பற்றப்பட்ட இருவகை வாத உத்திகளான கருத்துமுதல்வாதம், பொருள்முதல்வாதம் குறித்துத் தொடர்ந்து காண்போம்.

கருத்துமுதல்வாதமும் பொருள்முதல்வாதமும்

பொருள்முதல்வாதத்தை விளங்கிக்கொள்ளும்முன், இவ்வுலக வரலாற்றில் தத்துவத்தை விளக்க அறிஞர்கள் கைக்கொண்ட இருபெரும் வாத முறைகளை விளங்கிக்கொள்வது அவசியம். தத்துவஞானம் உண்மையான (மெய்மையான) அறிவை வெளிப்படுத்துகிறது என்றுரைக்கிறது, கருத்துமுதல்வாதம். தத்துவஞானம் வர்க்க நலன்களை வெளிப்படுத்துகிறது என்றுரைக்கிறது, பொருள்முதல்வாதம். வர்க்கங்களாய்ப் பிளவுபட்டுள்ள ஒரு சமூகத்தில் இரண்டு வேறுபட்ட வர்க்க நலன்களைத் தத்துவம் வெளியிடுகிறது. கருத்துமுதல்வாதத்திற்கும் பொருள்முதல்வாதத்திற்கும் இடையே நடக்கும் போராட்டம் வர்க்கப் போராட்டமாகவே இருந்துள்ளது. இன்றும் இருக்கிறது எனக் கருத இடமுள்ளது.

உலகத்தின் தோற்றம் குறித்து இவ்விரு பிரிவினர் தரும் விளக்கம் வழியாக, இவற்றின் சாரத்தைத் தெளிவாக இனங்கண்டு கொள்ளலாம். "இப்பிரபஞ்ச உலகம் இறைவனால் படைக்கப்பட்டது" என்று கூறியவர்கள் கருத்துமுதல்வாதிகள் எனப்பட்டனர். "இப்பிரபஞ்ச உலகமானது இயற்கையாகவுள்ள அணுக்களால் ஆனது" என்று கூறியவர்கள் பொருள்முதல்வாதிகள் எனப்பட்டனர்.

இந்த எதிரும் புதிருமான இரு போக்குகளில் எந்தப் பக்கம் சமூகத்தைப் பயணிக்கச் செய்வது என்பதில்தான் தத்துவ ஞானத்தின் பயன்பாடு வெளிப்படுகிறது. மனித நாகரிகத்தின் தொன்மை வாய்ந்த பகுதிகளாகக் கருதப்படும் எகிப்து, கிரேக்கம், சீனம், இந்தியா முதலிய நாடுகளில் வளர்ந்தோங்கிய தத்துவ ஞானத்தின் பலம் பொருந்திய ஒரு பகுதியாகவே பொருள்முதல்வாதத்தைப் பார்க்கலாம். எனினும், இந்தியச் சூழலுக்குள் பொருள்முதல்வாதம் என்பது எவ்வாறு இருந்திருக்கிறது என்று கேட்டுக்கொண்டோமானால் இது குறித்து பேரா. வீ.அரசு அவர்கள் தரும் பார்வை நினைவு கூரத்தக்கதாகிறது:

> "தமிழ் மற்றும் வடமொழிகள் பேசப்பட்ட / பேசப்படுகிற நிலப் பகுதிகளில் தத்துவம் பற்றிய உரையாடல்கள் முன்னெடுக்கப்படும் போது தத்துவத்தைப் பற்றிய பேச்சு என்பது மதம் பற்றிய பேச்சாகவே போய் விடுகிறது"
> (வீ.அரசு, இந்தியத் தத்துவங்களின் அரசியல், ப.5)

என்றுரைப்பதின் வழி இந்திய / தமிழ்ச் சமூகத்தின் தத்துவவியல் விசாரணையிலிருக்கும் பிரச்சனை வெளிப்படுகிறது.

"உலகிலுள்ள அனைத்திற்கும் மூலக்காரணமான பிரம்மம்தான் உண்மையானது. பொருள்கள் உண்மையானவை அல்ல. அவை அழியக் கூடியவை" என்னும் கருத்தைப் பொருள்முதல்வாதிகள் எதிர்த்தனர். அவர்கள் "பொருள்களே அடிப்படையான மூலக்காரணம்" என்று வாதிட்டனர். இன்னும் சொல்லப்போனால், இது உயிர் / உணர்வு முதலில் தோன்றியதா? இல்லை, உணர்வற்ற பொருள்களின்வழி உயிர் / உணர்வு தோன்றியதா? என்ற முக்கியமான தத்துவார்த்தப் பிரச்சினையைக் கிளர்ந்தெழச் செய்தது. இது பற்றி விரிவாக விவரிக்க இவண் இடமில்லை. இவ்விடத்தில் இந்தியாவின் தத்துவவியல் வளர்ச்சிப் போக்குக் குறித்த மார்க்ஸ் மற்றும் ஏங்கெல்சின் பதிவாக,

> "இந்திய வரலாற்றின் அரசியல் மேற்கோப்பில் எத்தகைய மாற்றங்கள் நிகழ்ந்தாலும் அதன் சமூக நிலை மட்டும் அதன் முன்னைப் பழங்காலம் தொட்டு 19ம் நூற்றாண்டின் முதல் தசாப்தம் வரை மாறாமலேயே இருந்தது" (தேவிபிரசாத் சட்டோபாத்யாயா, இந்தியத் தத்துவம் - ஓர் அறிமுகம், ப.48)

என்று தேவிபிரசாத் சட்டோபாத்யாயா எடுத்துக் காட்டியிருப்பதைக் கருத்தில் கொள்ளவேண்டும். இது இந்தியச் சூழலில் இருந்த வர்ணாசிரம பேதத்தின் கட்டமைப்பினைக் குறிப்பிடுவதாக அமைகிறது. வர்ணாசிரம பேதத்திற்கு மூல ஊற்றாக இருக்கும் வேதமரபின் உள்ளார்ந்த தத்துவப் பின்புலத்தை விவரிப்பதாகக் கொள்ளமுடிகிறது. 'இந்த உலகம் அணுக்களால் ஆனது. இந்த அணுக்களின் அசைவு கடவுளின் உதவியின்றி நடைபெறுகிறது' என்று கிரேக்கத் தத்துவவாதி டெமாக்ரட்டஸ் உறுதியாகச் சொன்னார். இது ஒருவகையில், கடவுளால் இந்த உலகம் படைக்கப்படவில்லை என்கிற புரிதலைத் தந்தது எனலாம். அதேபோல், மனிதனும் மற்ற உலக உயிர்களும் கடவுளால் படைக்கப்படவில்லை. மாறாக, பருப்பொருள்களின் / அணுக்களின் கூட்டிணைவினால் உருவாகின்றன(ர்) என்கிற புரிதலை எட்டச் செய்தது. இதையே, பொருள்முதல்வாதத்தின் மிக முக்கியமான சிந்தனையாகக் கொள்ளமுடிகிறது. இதன் அடிப்படையில், மனித சமூகத்திற்குள் இருக்கும் ஏற்றத்தாழ்வுகளை நோக்கும்போது, பகுத்தறிவு வாதமாக இச்சிந்தனை வளர்த்தெடுக்கப்பட்டுள்ளது. இத்தகைய பகுத்தறிவு வாதத்தை இந்திய / தமிழ்ச் சூழலில் முன்னெடுத்தவர்களுள் குறிப்பிடத்தக்கவர்கள் பாபாசாகேப் அம்பேத்கர், அயோத்திதாசர், தந்தை பெரியார் போன்றோர் குறிப்பிடத்தக்கவர்களாவர்.

கடவுள் என்கின்ற உணர்ச்சி மக்களுக்கு எப்போது, எப்படி உண்டாயிற்று என்பதைப் பற்றியும், அவ்வுணர்ச்சி மக்களுக்கு எதுவரையும் இருக்கமுடியும் என்பதைப் பற்றியும் விவரிக்க முற்படுகையில்,

> "கொஞ்ச காலத்திற்கு முன் அநேக விஷயங்கள் கடவுள் செயல் என்று எண்ணியிருந்த மக்கள் விஞ்ஞான (சயின்ஸ்) ஆராய்ச்சி ஏற்பட்ட பிறகு அவ்வெண்ணத்தை மாற்றிக்கொண்டு அநேக விஷயங்களை மனிதன் செயல் என்று சொல்லத் தைரியம் கொண்டுவிட்டார்கள்.

> உதாரணமாகக் கம்பியில்லாத் தந்தி விஷயத்தை எடுத்துக் கொள்ளுவோம். கம்பியில்லாத் தந்தி ஏற்படுத்தியிருக்கும் விஷயமும் அது எப்படிச் செய்யப்படுவது என்கின்ற சயின்ஸ்

உணர்ச்சியும் நமக்குத் தெரியாமல் இருக்குமானால் நாம் இன்னமும் அதை ஒரு தெய்விக சக்தி என்றும் பழைய காலத்து ரிஷிகள் பேசிக்கொண்டிருந்ததாய்ச் சொல்லப்படும் ஞான திருஷ்டிச் சம்பாஷணை என்றுமே சொல்லித் தீருவோம். ஆதலால் மக்களுக்கு அறிவும் ஆராய்ச்சியும் வளர வளர கடவுள் உணர்ச்சியின் அளவுகுறைந்துகொண்டே போகும் என்பது திண்ணம்." (தந்தை பெரியார், மெட்டீரியலிசம் அல்லது பொருள்முதல்வாதம், ப.13)

என்று தந்தை பெரியார் தரும் விளக்கம், பொருள்முதல்வாதத்தின் வளர்ச்சிப் போக்கையும் அச்சிந்தனை அடைய வேண்டிய இலக்கையும் வெளிப்படுத்துகிறது. இனி, பௌத்த – மார்க்சிய நெறிகளைக்கொண்டு அவற்றின் பொருள்முதல்வாதச் சிந்தனைகளை விளங்கிக்கொள்ளலாம்.

பௌத்தப் பொருள்முதல்வாதச் சிந்தனைகள்

கி.மு.5ஆம் நூற்றாண்டுக் காலகட்டத்தில் 'லும்பினி' எனுமிடத்தில் தோன்றிய 'சித்தார்த்த கௌதமன்' எனும் புத்தர், தமது வாழ்வியலின் வாயிலாக உணர்ந்த உண்மைகளை இவ்வுலகிற்கு அறிவுறுத்திய கொள்கைகளே பௌத்த மதத்தை நிறுவ அடிகோலியது. எனினும் இந்தியாவின் காத்திரமான வேதமறுப்புச் சமயமாகத் தோன்றிய பௌத்தம் கால வெள்ளத்தில் அதன் நிலைமாறி இன்று இனவாதத்திற்குரிய சர்ச்சைக்குள் சிக்கியிருப்பதையும் எண்ணிப் பார்க்க வேண்டியுள்ளது. எனவே, தற்காலத்திய பௌத்தம் என்பது காலவோட்டத்தில் அதன் முதன்மை நோக்கத்திலிருந்து மாறுபட்டிருக்கிறது என்பதை மறுக்க இடமில்லை. அவ்வகையில்,

"பௌத்தம் என்று இன்று கூறப்படுவதற்கும் ஆரம்ப காலத்தில் இருந்ததற்கும் சம்பந்தமே இல்லை என்று கூறினாலும் அது மிகையாகாது" (வி.பி.சிந்தன், இந்திய மண்ணில் பொருள்முதல்வாதக் கருத்துக்கள், ப.7)

எனும் வி.பி.சிந்தனின் கூற்று ஏற்றுக் கொள்ளத்தக்கதாகவே உள்ளது.

இந்தியச் சமூகம் வேத, உபநிடதங்களால் அறியப்படும் வர்ணாசிரமக் கொள்கையின் அடிப்படையில் இயங்கிக் கொண்டிருந்த சூழலில், சாதிய ஏற்றத் தாழ்வுகளும் வர்க்க முரண்களும் பால் பேதங்களும் பெருந்தாக்கத்தை நிகழ்த்திக் கொண்டிருந்ததை அறியமுடிகிறது. நிலவுடைமை மோகம் நிறைந்த சமுதாயத்தில் நன்னம்பிக்கை, நல்லுறுதி போன்ற மதிப்பீடுகள் நசுக்கப்படுவதைப் புத்தர் கண்டிருக்கக்கூடும். புத்தர் காலத்தில் தோன்றி வளர்ந்து வந்த சமுதாயம் வர்க்கச் சமுதாயமாக இருந்திருப்பதை அவரின் செயல்பாடுகள் வழி அறியலாம். இதனை,

> "பௌத்தம் இந்தியாவின் மிகப் பழைய இனக்குழுக்களின் அழிவைக் கண்கூடாகக் கண்டது. தனி உடமை வேட்கைகளினால் இனக்குழுக்களுக்கிடையில் போர்களும் அழிவும் விளைவதை பௌத்தம் வருத்தத்துடன் பார்த்தது. பழைய இனக்குழுக்களிடையில் இயல்பாக நிலவிய சமத்துவத்தை தனியுடைமையின் தோற்றம் அழித்தொழிப்பதை அது வேதனையுடன் கவனித்தது. அத்தகைய சூழல்களில்தான் பௌத்தம் தனது தத்துவத்தின் மையக் கருத்தாகச் சங்கம் என்பதை முன்வைத்தது. சங்கம் என்பது வெறும் கருத்து அல்ல. அது ஒரு நிறுவனம். பொது உடமை, தனிமனித அதிகார நீக்கம், பரிபூரண எளிமை போன்ற இலக்குகளின் மீது அந்நிறுவனம் கட்டப்பட்டது." (ந.முத்துமோகன், இந்தியத் தத்துவங்களும் தமிழின் தடங்களும், ப.221)

என்ற ந.முத்துமோகனின் கருத்து மூலம் உணர்ந்துகொள்ளலாம். மேலும், பௌத்தத்தின் தோற்றத்திற்கான காரணிகளை விவரிக்கும் இவர், தமிழ் மொழியில் காணலாகும் சங்க இலக்கியப் பாடல்களில் ஆதிப் பொதுவுடமைச் சமுதாயப் பொருள்முதல்வாதக் கருத்துகள் ஆங்காங்கே இடம்பெற்றிருப்பதையும் மேற்சுட்டிய நூலில் புலப்படுத்தத் தவறவில்லை.

இனக்குழுப் பொதுவுடைமை வாழ்க்கையை முன் மாதிரியாகக் கொண்ட ஓர் அமைப்பாகச் சங்கம் அமையவேண்டும் என்பதில் புத்தர் தீர்க்கமாக இருந்தார். இச்சங்கங்கள் பெருகினால்,

தனியுடைமை முறை ஒடுங்கும் என நம்பினார். இச்சங்கத்திலிலுள்ள உறுப்பினர் அனைவரும் சமம். முழுமையான ஜனநாயக உரிமைகள் உறுப்பினர்கள் அனைவருக்கும் உண்டு. ஆனால் உற்பத்தி உறவுகளுக்கு அப்பாற்பட்டு, நடைமுறைச் சமுதாய வாழ்வியலில் இருந்து வெளியேறிய பிக்குகளைக் கொண்டு, அழிந்துவிட்ட சமுதாயத்தின் வாழ்க்கை மதிப்பீடுகளை மீட்டுருவாக்கும் இலட்சியத்தோடு தோற்றம் பெற்றது, பௌத்த சங்கம். அதனால்தான், இச்சங்கங்களின் பிற்காலப் போக்குகள் புத்தரின் மகத்துவமான எதிர்பார்ப்பை நீர்த்துப் போகச் செய்துவிட்டன எனலாம். எனினும், இன்றைக்கும் ஒடுக்கப்பட்ட மக்களின் மறுமலர்ச்சிக்கான சித்தாந்தக் குறியீடாக, 'புத்தர்' முன்னிறுத்தப்படுகிறார். சமகாலத்தில் நிலவும் தலித்திய உரையாடல்களுக்குப் பின்புலமாக, 'பௌத்தக்' கருத்துகள் முன்மொழியப்படுவதைக் காணமுடிகிறது. மேலும், அம்பேத்கரின் பௌத்த மதமாற்ற நிகழ்வும் ஒரு வகையில் இதற்குக் காரணம் எனலாம். இந்தியச் சூழலில், ஆண்களைக் காட்டிலும் பெண்களே பெருமளவு ஒடுக்கப்பட்ட நிலையில் இருந்துள்ளனர் என்பது வரலாற்று உண்மை.

இந்தியப் பண்பாட்டில் பெண்களுக்கு வகுக்கப்பட்டிருக்கும் வாழ்வியல் வெளியானது மிகச் சுருங்கியதாயிருந்தது என்பதை அறிவோம். எனினும், இத்தகைய நெருக்கடிகளுக்கு இடையிலும் 'விசாகர்' எனும் பெண் பிக்குணி தொடக்க கால பௌத்தச் சிந்தனாவாதியாக விளங்கியமையைக் காணமுடிகிறது. கூடுதலாக, புத்தரின் செவிலித் தாய் 'மஹாபஜாபதி'யின் பங்களிப்பும் பௌத்த நூல்களில் காணப்படுகின்றன. தமிழ் இலக்கியச் சூழலிலும், இத்தகைய பங்களிப்பிற்கு மணிமேகலை, குண்டலகேசி உள்ளிட்ட பாத்திரங்களின் வகிபாகத்தைப் பொருத்திப் பார்க்க வேண்டியுள்ளது. அதேவேளை,

> "புத்தரின் உறவுப் பெண்களே சங்கத்தில் மிகவும் கவனிக்கத் தக்க அளவில் இருந்தனர் என்பது ஆச்சரியப்படுத்துவதாய் இல்லை. ஆதரவாளர்களாகவோ அல்லது பிக்குணிகளாகவோ நிக்கா-குலப் பெண்கள் சேர்க்கப்படவில்லை என்பது குறிப்பிடத்தக்கது. ஒரே நேரத்தில் பெண்ணாகவும், ஏழையாகவும் ரெட்டைச் சுமையால் தடுக்கப்பட்டவர்களுக்கு

பௌத்தம் இலேசான கவர்ச்சியையே அளித்ததை இது குறிப்பிடுகிறது." (உமா சக்கரவர்த்தி, பௌத்தத்தின் சமூகத் தத்துவமும் சமத்துவமின்மைப் பிரச்சனையும், ப.41)

என்று புத்தரின் காலப் பின்னணியில் பெண்களின் வகிபாகம் எத்தனை சிரமம் மிக்கதாக இருந்தது என்பதையும் பெண்களை இணைத்துக்கொள்வதில் பௌத்தம் கொண்டிருந்த கட்டுப்(குறை) பாடுகளையும் உமா சக்கரவரத்தி விளக்க முயல்வது கவனத்திற்குரியது. இன்றைக்கும் இந்நிலை பெருமளவு மாறாமல் இருப்பது எண்ணிப் பார்க்கத்தக்கது. பெண்களின் பங்கெடுப்புக்கும் பொருள்முதல்வாதத்திற்கும் என்ன தொடர்பு எனக் கேள்வி எழக்கூடும். அடிப்படையில், பொருள்முதல்வாதத்தின் நுட்பமான நோக்கம் மனித உழைப்பை முன்னிறுத்துவதும் மனிதர்களுக்கிடையிலான பேதங்களை ஒழிப்பதும்தான். அவ்வகையில், பெருமளவு உழைப்புப் பெண்களைச் சார்ந்ததாகயிருப்பதும் அவர்கள் ஒடுக்கப்படுவதும் இவண் நினைவுகூர வேண்டும்.

பௌத்த மதத்தின் மற்றோர் அம்சம் 'நிர்வாணம்' அல்லது 'விடுதலை அடைதல்' ஆகும். இதற்குத் தடையாக இருப்பது ஆசை. இந்த ஆசையானது, நிலவுடைமைக் காலச் சமூகத்தில் பிரதானமாகக் கட்டமைக்கப்பட்டுள்ளது. அதாவது, மண வாழ்க்கையில் ஈடுபடும்போது ஆண்-பெண் உறவுநிலையைப் பேணுவதுடன், செல்வத்தை ஈட்டுவதும் அவற்றைப் பாதுகாத்து அனுபவிக்க அடுத்தடுத்த சந்ததிகளை உருவாக்கவேண்டிய தேவையும் ஏற்பட்டுள்ளது. அவ்வகையில், பொருள் உற்பத்திக்கு வித்திடும் உள்நோக்கத்துடன் இருக்கும் மணவாழ்க்கையை வெறுத்து, உண்மையான சுதந்திரத்தை அடைய முயன்றனர் பௌத்தர்கள்.

துக்கத்தின் காரணத்தைத் தேடும்பொழுது இயற்கைக் காரணகாரியக் கொள்கை (பிரத்யாத்ய சமுத்பாவ)யிலிருந்து புத்தர் தொடங்கினார். நமது மனமும் புறப்பொருள் உலகமும் எப்பொழுதும் மாறுகிற நிலைமையில் உள்ளன. இரண்டு உவமைகள், இக்கொள்கையை விளக்கப் பயன்படுத்தப்பட்டுள்ளன. ஒன்று விளக்கொளி. மற்றொன்று நீரோடையின் ஓட்டம். ஒரே விதமான நிகழ்ச்சிகள் ஒன்றையொன்று தொடர்ந்து வருவதால் விளக்கொளியும் நீரோட்டமும் ஒரே விதமாகத் தோன்றுகின்றன. ஆனால், உண்மையில் அப்படியல்ல. சிறிது கால இடைவெளியில்

எரிகிற துகள்களின் தனித்தனி எரிதல் நிகழ்ச்சியே ஒரே ஒளியாகத் தோன்றுகிறது. தனித்தனி நீர்மக்கூறுகளின் வேகமான ஓட்டமே நீரின் ஓட்டமாகக் காணப்படுகிறது. எல்லாப் பொருள்களும் நிலைத்திராமல் மாறிக்கொண்டிருக்கின்றதெனும் கொள்கைக்கு 'அநித்திய வாதம்' என்று பெயர். எல்லாப் பொருள்களின் மாறுதல்களும் அந்தந்தக் கணமே நிலைத்திருக்கின்றன எனும் கொள்கையில் நிலைத்திருப்பதால், பிரம்மம், ஆன்மா போன்ற கருத்துகளைப் பௌத்தம் ஏற்க மறுத்தது. இவ்விளக்கத்திற்கு வலுசேர்க்கும் வகையில்,

> "இந்து மதங்கள் யாவும், 'புறத்தே பொருள்கள் இருக்கின்றன; அகத்தே ஆத்மா இருக்கிறது' என்று கூறுகின்றன. இதற்கு நேர்மாறாகப் பௌத்தம் புறத்தே பொருளென எதுவும் இல்லை. அகத்தே ஆத்மாவும் இல்லை என்று வாதிக்கின்றது"
> *(கி.லக்ஷ்மணன், இந்திய தத்துவ ஞானம், ப.163)*

என்று லக்ஷ்மணன் குறிப்பிடும் கருத்து அமைகிறது. இதற்கு, இயக்கவியலின் துணையை நாடுகிறது பௌத்தம். இதுவே பௌத்தத்துக்கு ஆணிவேர் போன்றதாகிறது. அதாவது, பௌத்தம் இவ்விடத்தில், இவ்விரு புள்ளிகளுக்குமிடையே நின்று வாதிடும் மத்திம மார்க்கத்தைத் தேர்வு செய்கிறது. அடுத்தப்படியாக, மார்க்சியத்தில் பொருள்முதல்வாதச் சிந்தனைகள் எவ்வாறு வலியுறுத்தப்பெற்றன என்பதைக் காண்போம்.

மார்க்சியப் பொருள்முதல்வாதச் சிந்தனை முன்னோடிகள்

மார்க்சியத் தத்துவத்திற்கு முன்னோடிகளாக அமைந்த இரண்டு தத்துவஞானிகளாக லுட்விக் பாயர்பாக், வில்லியம் ஹெகல் ஆகியோரைக் குறிப்பிடலாம். இங்கு, நீட்சேவின் பங்களிப்பும் முக்கியத்துவம் வாய்ந்தது என்பதை மறுப்பதற்கில்லை. எனினும், பொருள்முதல்வாதம் குறித்து முற்குறிப்பிட்ட இருவர் முன்மொழிந்த சிந்தனைகள் பற்றி மட்டும் சுருக்கமாகக் காண்போம்.

லுட்விக் பாயர்பாக்கின் சிந்தனை

பாயர்பாக், கருத்துலகம் பொருள் உலகிலிருந்து தோன்றியது என்று விளக்கினார். சிந்தனை, எண்ணங்கள், உணர்வுகள் யாவும் 'மூளை' என்ற பொருளிலிருந்து தோன்றுவன என்று கூறினார்.

ஆனால், இவர் பொருளின் இயக்கத்தில் ஏற்படும் மாற்றங்களைக் கருத்திற்கொள்ளத் தவறினார். மனிதரின் உணர்வுப் பூர்வமான செயல்பாட்டையும், அதன் விளைவாகச் சமுதாய மாறுதல்களையும் இவர் கவனிக்கவில்லை. இதனால் இவர் இறுதியில் வேறு வடிவத்தில் கருத்துமுதல்வாதத்திற்கே போய்ச் சேர்ந்தார். பாயர்பாக்கின் பொருள்முதல்வாதம் கடவுள் - மூட நம்பிக்கைகள் மலிந்த கருத்து முதல்வாதத்திற்கெதிரான போராட்டத்தினை ஒரு உயர்ந்த நிலைக்கு இட்டுச் சென்றது. இவரின் கொள்கையில் உள்ள பலவீனங்களைக் களைந்து முரணில்லாத பொருள்முதல்வாதச் சிந்தனையை மார்க்சும் ஏங்கெல்சும் உருவாக்க விழைந்தனர்.

வில்லியம் ஹெகல்லின் சிந்தனை

ஹெகல், அடிப்படையில் ஒரு கருத்துமுதல்வாதியாக விளங்கினார். பிரபஞ்சம் என்பது ஒரு மூலக்கருத்தின் பிரதிபிம்பம் என்று கூறினார். இந்தப் பிரபஞ்சம் மாறி இயங்கும் தன்மை படைத்தது என்று விளக்கினார். எல்லாப் பொருள்களிலும் மாற்றங்கள் இடையறாது நிகழ்ந்துகொண்டிருக்கின்றன என்று சுட்டிக் காட்டினார். மாற்றங்கள் நிகழ்வதற்கான காரணம் எல்லாப் பொருள்களிலும் உள்ள முரண்பாடான அம்சங்களே என்றார். இம்மாற்றங்களே பொருள்களின் வளர்ச்சியாகவும், புதிய வடிவங்களாகவும் மாறுவதை உணர்த்தினார். இயற்கை இயங்குவதன் தன்மை குறித்த இயக்கவியல் பற்றிய முழுமையான தத்துவ விளக்கத்தை அளித்தார்.

ஹெகலின் இந்த விளக்கத்தை ஏற்றுக்கொண்டவர்கள் 'இளம் ஹெகலியர் இயக்கம்' என்ற அமைப்பையே நிறுவினர். மார்க்சும் அதில் ஓர் உறுப்பினராக இருந்து செயல்பட்டவர் என்பது வியப்பிற்குரியது. அந்தளவுக்கு ஹெகலின் தத்துவத்தினால் மார்க்ஸ் ஈர்க்கப்பட்டார்; ஆனால் ஹெகல் தர்க்கவியலைக் கருத்துலகுக்கு மட்டும் பயன்படுத்தினார். மார்க்ஸ் அதைப் பொருள் உலகுக்குப் பயன்படுத்தினார். ஹெகல் அகமே புறத்தைத் தீர்மானிக்கிறது என்றார். மார்க்ஸ் புறவுலகப் பொருட்களே மனிதனின் வாழ்வைத் தீர்மானிக்கிறது என்றார். ஹெகல் தனது தலைசிறந்த தர்க்கவியல் தத்துவத்தை இறுதியில் கருத்துமுதல்வாதத்திற்குள் திணித்தார். ஆனால் மார்க்சும் ஏங்கெல்சும் ஹெகலின் கருத்துமுதல்வாதத்தைப்

புறந்தள்ளி இயக்கவியலைப் பிரித்து எடுத்து ஏற்றுக்கொண்டனர். இனி, மார்க்சியப் பொருள்முதல்வாதச் சிந்தனைகள் பற்றிக் காண்போம்.

மார்க்சியப் பொருள்முதல்வாதச் சிந்தனைகள்

பிரபஞ்சத்தின் பொருள்கள் இறையாற்றலால் தோன்றியவை அல்ல. அவை இயற்கையான அணுக்களின் கூட்டமைப்பினால் உருவானவையே. அதிலும், அவற்றின் மாற்ற நிகழ்வுகளுக்கு இடையிலான தொடர்புகளையும் அணுக்களுக்குள் இயங்கும் உள்முரண்பாடுகள் காரணமாக வெளிப்புறத்தில் மாற்றங்கள் நிகழ்ந்துகொண்டேயிருப்பதையும் இயக்கவியல் பொருள்முதல்வாத மாக விளக்கியது, மார்க்கியம். இதற்கு, முரண்பாடும் ஒத்திசைவும் கொண்ட பொருள்களின் இயக்கம், பொருட்களின் அளவு மாறுபாட்டால் ஏற்படும் குணமாறுபாடு மற்றும் பொருட்கள் தன்னிலையிலிருந்து தானாகவே தன்னை அழித்துக்கொண்டு மாற்றம் பெறுகின்ற நிலைமறுப்பின் நிலைமறுப்பு உள்ளிட்ட சிந்தனைகள் அடித்தளமாக அமைந்தன.

மனித உழைப்பினால்தான் இவ்வுலகில் யாவும் உற்பத்தியாகின்றனவே அன்றி இறையின் அருளால் இல்லை என்கிறது மார்க்சியம். மனிதன் தனது உணவு, உடை, இருப்பிடம் இவற்றுக்கான போராட்டத்தில் இயற்கையோடு இயைந்தும், எதிர்த்துப் போராடியும் வளர்ச்சியடைந்தான். இதற்காகக் கருவிகளை உருவாக்கிப் பயன்படுத்தினான். இதில் ஏற்பட்ட வெற்றியே மிருக நிலையிலிருந்து மனிதனாய்ப் பரிணமிக்கச் செய்தது என்றெல்லாம் மார்க்சியத்தினுள் வரலாற்றியல் பொருள்முதல்வாதச் சிந்தனைகள் இழையோடின. மேலும், மனிதச் சமூகத்தின் பரிணாம வரலாற்றை முறையே, இனக்குழுப் பொதுவுடமைச் சமூகம், அடிமைச் சமூகம், நிலவுடைமைச் சமூகம், முதலாளித்துவச் சமூகம் மற்றும் சமத்துவ / பொதுவுடமைச் சமூகம் எனப் பாகுபடுத்திக் காட்டியது, மார்க்சியம். இதன் அடிப்படை நோக்கம், மேற்சுட்டிய பரிணாம வளர்ச்சியில் இறுதியாகக் குறிப்பிட்ட சமத்துவ / பொதுவுடமைச் சமூகத்தை நிலைநாட்டுவதே. ஆனால், தனியுடைமையின் கோரப்பிடியில் சிக்கிக் கொண்டிருக்கும் மானுடச் சமூகத்தை மீட்டெடுக்கக் கருத்தியல் வடிவத்தைத் தாண்டி, செயல் வடிவமும்

தேவையாகிறது. அந்த அடிப்படையில், இப்பொருள்முதல்வாதச் சிந்தனையை அரசியல் தளத்தில் இறங்கி, சிறுபான்மையான முதலாளித்துவ / அதிகாரத்துவ வர்க்கம் பெரும்பான்மையான தொழிலாளர் / உழைக்கும் வர்க்கத்தினரைக் காலம் காலமாக எவ்வாறு மறுதலித்து, ஒடுக்கி, சுரண்டி வாழ்ந்து வருகிறது என்பதை மார்க்சியம் இனங்கண்டு கூறியது. இக்கருத்திற்கு வலுசேர்க்கிற வகையில்,

> "அரசியல் வாழ்வைப் பொருளாதார வாழ்வு விளக்குகிறது: ஏனெனில் பொருளாதார வாழ்வினால் விளைந்த பொருள்தான் அரசியல் வாழ்வு என்று லோகாயதவாதி சொல்லுவான்... இந்தக் கருத்துரையைத்தான் சரித்திர ரீதியான லோகாயதவாதம் (Historical Materialism) என்று சொல்லுவார்கள். இந்தக் கருத்துரையை முதல்முதலில் வழங்கியவர்கள் மார்க்ஸும் எங்கெல்ஸும்தான்." *(ஜார்ஜ் பொலிட்ஸர், மார்க்ஸீய மெய்ஞ்ஞானம், ப.74)*

என்ற ஜார்ஜ் பொலிட்ஸர் தரும் விளக்கம் பொருந்துகிறது. மேலும், பொருளாதார வாழ்வில் பெரும் இடைவெளியை ஏற்படுத்தி, உலக வர்க்கப் பேதத்தினை வகைப்படுத்திப் பார்க்கும் நோக்கில்,

> "விவசாயம்தான் பண்டைக்கால உலகம் முழுவதிலும் தீர்மானமான உற்பத்திப் பிரிவாக இருந்தது; அது முன்னைவிட இப்பொழுது அதிகத் தீர்மானமானதாகிவிட்டது" (ஃபிரடெரிக் ஏங்கெல்ஸ், குடும்பம், தனிச்சொத்து, அரசு ஆகியவற்றின் தோற்றம், *ப.238)*

எனும் ஏங்கெல்சின் கூற்று மனிதச் செயல்பாட்டில் விவசாயம் ஏற்படுத்தி இருக்கின்ற பாரதூரமான பொருள்முதல்வாதச் சிந்தனையின் தாக்கத்தை எடுத்துக்காட்டுகிறது. இங்கே பேரா. நா.வானமாமலை கொண்டுள்ள நிலைப்பாட்டையும் குறிப்பிட்டாக வேண்டும்.

> "கிரேக்க நாட்டில் சமூக உழைப்பிலிருந்து ஓர் அறிவாளிப் பிரிவினர் விடுதலை பெற்ற பின்னரே தத்துவத்தில் ஆன்மிக வாதம் எழுச்சி பெற்றது. இதுவே பிளேட்டோவின் காலம். இக்காலத்தில் சமூக உற்பத்தியில் அடிமை வர்க்கம் மட்டுமே

ஈடுபட்டிருந்தது. இந்த வர்க்கப் பிரிவினையால் மூளை உழைப்பும் உடலுழைப்பும் பிரிந்துவிட்டன. செயலும் சிந்தனையும் பிரிந்தன. சிந்தனை உயர்வு பெற்றது. கருத்திலிருந்துதான் பொருள் பிறக்கிறது என்ற கண்ணோட்டம் வளர்ந்தது. இதுபோலவேதான் இந்தியாவிலும் நான்கு வருணப் பிரிவு ஏற்பட்டபோது சமுதாய உற்பத்திக்குக் காரணமான உழைப்பு, சூத்திரர்களிடமிருந்தது. க்ஷத்திரியர் ஆளும் வர்க்கமாயினர். பிராமணர்கள் அவர்களது ஆதரவில் வாழ்ந்தனர்." (நா.வானமாமலை, பண்டைய வேதத் தத்துவங்களும் வேதமறுப்புப் பௌத்தமும், ப.25)

என்று நா.வானமாமலை அளிக்கும் விளக்கம், உழைப்பினால் உருவான வர்க்கப் பிரிவினையையும் அதனால் ஏற்பட்ட வர்க்கச் சார்புத் தன்மையையும் வெளிப்படையாகக் காட்டுகிறது. குறிப்பாக, இந்திய மரபில் காணப்படும் உற்பத்தி உறவுகளை இனஞ்சுட்டி, அதன் விளைவுகளையும் எடுத்துரைக்கிறது. இனி, இதுவரை கட்டுரையில் குறிப்பிடப்பட்ட பௌத்த - மார்க்சியப் பொருள்முதல்வாதச் சிந்தனைகளைச் சுருக்கமாகத் தொகுத்துக் காண்போம்.

பௌத்தமும் மார்க்சியமும் ஒத்திருக்கும் புள்ளிகள்

- மார்க்சியமானது இயக்கவியல், வரலாற்றியல் எனும் இரு தளங்களில் பொருள்முதல்வாதச் சிந்தனைகள் பயணித்திருக்கின்றன. ஆனால், பௌத்தம் ஆத்மா உள்ளிட்ட வேதாந்தக் கருத்துமுதல்வாதத்தை எதிர்த்து, இவ்வுலகிலுள்ள எதுவும் நிலையற்றது அல்லது குறிப்பிட்ட கால எல்லைக்குள் ஒன்று மற்றொன்றாக மாறிக்கொண்டே இருக்கிறது என்று விளக்க முயல்கையில் 'இயக்கவியல் பொருள் முதல்வாதத்தை' மட்டும் கைக்கொண்டிருப்பதாக அறியமுடிகிறது.

- 'மாற்றம் ஒன்றே மாறாதது' என்கிற சிந்தனையை பௌத்தம் விளக்கொளியையும் நீரின் ஓட்டத்தையும் கொண்டு விளக்கியதைப் போல, நிலைமறுப்பின் நிலைமறுப்பு, முரண்பாடுகளின் ஒத்திசைவும்

போராட்டமும் பொருட்களின் இயல்பில் எவ்வாறு மாற்றத்தைத் தொடர்ந்து கொணர்கின்றன என்பதை மார்க்சியம் விளக்கியது.

- மார்க்சின் தனியுடமை உதிர்வு குறித்த கருத்தாடலைப் பல நூறு ஆண்டுகளுக்கு முன்பே அனான்மாவாதத்தின் வாயிலாகப் புராதான பொதுவுடமைச் சமூகத்தை மீட்பதற்குப் பயன்படுத்தியுள்ளார் புத்தர் என்பதை அறியமுடிகிறது.
- வர்ணாசிரம பேதத்தால் தாழ்த்தப்பட்ட மக்களின் எழுச்சிக்காக, வேதப் பார்ப்பன மரபை எதிர்த்தது பௌத்தம். பொருளாதார பேதத்தால் ஒடுக்கப்பட்ட தொழிலாள வர்க்கப் புரட்சிக்காக, முதலாளித்துவ / அதிகாரத்துவ வர்க்கத்தை எதிர்த்தது மார்க்சியம். சுருங்கச் சொன்னால், இரு மார்க்கங்களும் அதிகார மையத்தை எதிர்த்தன; கேள்விக்குட்படுத்தின.
- பௌத்த – மார்க்சியப் பொருள்முதல்வாத / பகுத்தறிவுவாதச் சிந்தனைகள் அந்தந்தக் காலத்தின் கலை, இலக்கியம் மற்றும் அரசியல் தளங்களில் எதிரொளித்தன என்பதைக் குறிப்பிட்டுச் சொல்லவேண்டும்.
- இன்றைக்கு புத்தர் சாதியால் ஒடுக்கப்பட்டோரின் விடுதலைக்கான சின்னமாக எண்ணப்படுகிறார். மார்க்சும் பொருளாதாரத்தால் பின்னுக்குத் தள்ளப்பட்ட உழைப்பாளிகளின் மேம்பாட்டிற்கான அடையாளமாகக் கொண்டாடப்படுகிறார்.

பௌத்தமும் மார்க்சியமும் வேறுபடும் புள்ளிகள்

- பௌத்தம் அடிப்படையில் மதக் கோட்பாடாகும். மார்க்சியம் மதத்தை ஆதரிக்காத / எதிர்க்கும் நிலைப்பாடு கொண்ட கோட்பாடாகும்.
- பௌத்தம், இந்தியப் பண்பாட்டோடு ஊறிய வர்ணாசிரமத்தின்வழி தத்துவ விசாரணையை நிகழ்த்தியது. மார்க்சியம் உலகளவிலான வர்க்கப் பின்புலத்தோடு தத்துவ விசாரணைகளைத் தந்தது. இது தவிர்க்கவியலாத

பார்வையெனினும், வர்க்கமும் வர்ணாசிரமும் ஆதிக்கச் சக்திகளின் சார்புடையதாக இருந்ததையும் மனத்திற்கொள்ள வேண்டும்.

- பௌத்தம் வினைக்கோட்பாட்டை ஆதரிப்பதின்வழி, சமூகத்தில் நற்செயல்களும் நல்லறமும் பெருகித் தன்னலமற்ற பொதுவுடைமைச் சமுதாயம் உருவாகிட வழிவகைக் கூறியது. மார்க்சியமோ, உற்பத்தி உறவின் இன்றியமையாமையையும் உபரியின் மகத்துவத்தையும் எடுத்துரைத்து, அடிக்கட்டுமானம் – மேற்கட்டுமானம் என்கிற வேறுபாட்டினைக் களைந்து, மக்களிடையேயான சமத்துவத்தைப் பேணுவதன் அவசியத்தை முன்னிறுத்து வதன் மூலம் பொதுவுடைமையை நிலைநாட்ட முயன்றுள்ளது.

- மார்க்சுக்கு முந்திய தத்துவஞானிகள், குறிப்பாகப் புத்தரும் உலக வாழ்வின் இன்பத் துன்பங்களுக்கு விளக்கமளிக்கும் நிலையிலே இருந்துள்ளார். ஆனால், மார்க்சு இத்துன்பங் களைப் போக்க சமூக வாழ்வியல் அமைப்பையே மாற்றியமைக்கும் செயல்முறைத் தத்துவத்தை முன்மொழிந்தார்.

- பௌத்தம், தனிமனித அறத்தின்வழியாகச் சமூக நலத்தை நாடியது. மார்க்சியம், ஒட்டுமொத்த மக்களின் அறத்தின் வழியாகச் சமூக நலத்தை உறுதிசெய்ய முன்மொழிந்தது.

- சமுதாயத்தில் பொதுவுடமையை நிலைநாட்ட, பௌத்தம் ‘சங்கம்’ எனும் அமைப்பை முன்மொழிந்தது. மார்க்சியம் ‘அமைப்பு’ முறைகளின் உருவாக்கம் முதலாளித்துவ அதிகாரத்திற்கு வழிவகுக்கும் எனக் கருதியது. எனினும், மார்க்சியமும் அமைப்பு ரீதியாகவும், அரசியல் கட்சியாகவும் வடிவெடுக்கவேண்டியது காலத்தின் தேவையாகிவிட்டது.

- தனியுடைமைச் சமூகத்தின் வெறுப்பை, உழைப்பிலிருந்து விடுபடுதலில் வழியாகப் பௌத்தம் காண்பித்தது. மார்க்சியம், உழைப்பைப் பிரதானப்படுத்தியது

மட்டுமன்றி, உழைப்பிற்கேற்ற ஊதியத்தினைப் பங்குகோரும் உரிமைகளின் வாயிலாக, தனியுடைமையை வீழ்த்த இயலும் என்றெண்ணியது.

- உணவு (பசி), உடை, இருப்பிடம் உள்ளிட்ட உலகியல் தேவைகளை அறம் அல்லது கருணையினால் பெற்றுவிடலாம் எனும் இலட்சியவாதத்துடன் அணுகியது, பௌத்தம். இப்பிரச்சனைகளைக் களைவதற்கு நடைமுறையில் முதலாளிய / அதிகாரத்துவ அமைப்பைச் சிதைக்கும் முயற்சியில் இயங்கியது, மார்க்சியம்.

- மார்க்சியச் சிந்தனைகளைக் கொண்டு கலை, இலக்கியங்களை அணுகும் திறனாய்வு மரபு உண்டானது. பௌத்தத்திற்கு அத்தகைய வாய்ப்பு அமையப்பெறவில்லை.

நிறைவாகக் கட்டுரையின் வழி பெறப்படும் சில புரிதல்கள்:

- புராதான மனிதச் சமூகத்தை விஞ்ஞானம், கலை, இலக்கியம் உள்ளிட்டவை முன்னேறிய சமூகத் தளத்திற்கு மாற்றியது எனலாம். அதேபோல், உழைப்பும் ஒரு வகையில் மனித அறிவைச் செம்மைப்படுத்தியது எனலாம். மனித நாகரிக வளர்ச்சிக்குப் பொருள் உற்பத்தியில் ஏற்பட்ட முன்னேற்றமே காரணமாக விளங்கியிருக்கிறது என்பதை பௌத்த - மார்க்சியக் கருத்தாடல்கள் வழி அறிந்துகொள்ளமுடிகிறது. ஆனால், சமகால வாழ்க்கையில் உழைப்பின் வெகுமதி பெருமுதலாளிகளை நோக்கியே சென்று சேர்வதைக் காணமுடிகிறது. இதைத் தடுக்கும் பொறுப்புணர்வு நம்மவர்க்குத் தேவையாகிறது.

- இந்தியச் சமய வரலாற்றில் பெண்களுக்கும் துறவு மேற்கொள்வதற்கு இடமளித்த பெருமை பௌத்தத்திற்கு உண்டு. எனினும், எண்ணிக்கை ரீதியில் பௌத்தமும் பெண்களின் பங்களிப்பை வெகுவாக ஈட்டவில்லை என்பது தெரியவருகிறது. மார்க்சியம் பால் பேதத்தைக் கொண்டிருக்கவில்லையென்றாலும் தொடக்க காலத்தில் பெருமளவில் பெண்கள் இச்சிந்தனையால் ஈர்க்கப்பட

இரா. வீரமணி ○ 83

வில்லை என்றே தோன்றுகிறது. இதற்கு, பெருவாரியான பெண்கள் கல்வி கற்பதற்கும் பணிபுரியவும் வாய்ப்புகள் மறுக்கப்பட்டமை காரணமாக இருக்கக்கூடும்.

- பௌத்த – மார்க்சியப் பொருள்முதல்வாதச் சிந்தனைகள் எதார்த்த வாழ்வியலை அறிவார்த்த முறையில் அணுகக் கற்றுக் கொடுத்திருக்கின்றன. அவ்வகையில், சமகால வாழ்வியலில் ஒடுக்கப்பட்டோர் மேம்பாட்டிற்கு இம்மாதிரியான பொருள்முதல்வாதச் சிந்தனைகள் உறுதுணை செய்வதை உறுதிப்படுத்தவேண்டும்.

- இன்றைய உலகமயமாக்கல் சூழலில், வாழ்வில் நாம் எத்தகைய விழிப்பை அடைய வேண்டும்? வாழ்வின் எதார்த்தத்தை எப்படி அணுக வேண்டும்? பொதுமையான மானுடச் சமூகத்தை நோக்கி எவ்வாறு பயணிப்பது? போன்ற கேள்விகளுக்கு விடை தேடுவது இத்தகைய முற்போக்குவாதத்தின் முக்கிய அம்சமாக அமைகிறது.

- சமூக பேதங்களைக் கேள்விக்குட்படுத்தும் வகையில் கலை, இலக்கியங்கள் தொடர்ந்து பயணிக்க, இத்தகைய பொருள்முதல்வாதச் சிந்தனைகளை மேலும் விரிவாக்கி நுட்பமாக முன்னெடுக்க வேண்டியது காலத்தின் கட்டாயமாகிறது.

துணை நின்ற நூல்கள்

1. அகராதிகள் – காம்ப்ரிட்ஜ் அகராதி, தமிழ்ப் பேராகராதி, க்ரியா தற்காலத் தமிழ் அகராதி.

2. உமா சக்கரவர்த்தி, பௌத்தத்தின் சமூக தத்துவமும் சமத்துவமின்மைப் பிரச்சனையும், 2008, அலைகள் வெளியீட்டகம், சென்னை – 24.

3. ஃபிரடெரிக் ஏங்கெல்ஸ், குடும்பம், தனிச்சொத்து, அரசு ஆகியவற்றின் தோற்றம், 2019, நியூ செஞ்சுரி புக் ஹவுஸ், அம்பத்தூர், சென்னை-50.

4. சிந்தன். வி.பி., இந்திய மண்ணில் பொருள்முதல்வாதக் கருத்துக்கள், 2009, பாரதி புத்தகாலயம், தேனாம்பேட்டை, சென்னை -18.

5. தந்தை பெரியார், மெட்டீரியலிசம் அல்லது பொருள்முதல் வாதம், 2016, திராவிடர் கழக (இயக்க) வெளியீடு, பெரியார் திடல், சென்னை - 07.

6. தேவிபிரசாத் சட்டோபாத்யாயா, தமிழில் வெ. கிருஷ்ணமூர்த்தி, எஸ்.பாலச்சந்தர் (ப.ஆ.), இந்தியத் தத்துவம் ஓர் அறிமுகம், 2019, படைப்பாளிகள் பதிப்பகம், சென்னை-26.

7. முத்துமோகன். ந., இந்தியத் தத்துவங்களின் அரசியல், 2005, கங்கு சிறு வெளியீடு, பரிசல், சென்னை.

8. முத்துமோகன். ந., இந்தியத் தத்துவங்களும் தமிழின் தடங்களும், 2021, நியூ செஞ்சுரி புக் ஹவுஸ் அம்பத்தூர், சென்னை-50.

9. லக்ஷ்மணன். கி., இந்திய தத்துவ ஞானம், 2019, பழனியப்பா பிரதர்ஸ் வெளியீடு, பீட்டர்ஸ் சாலை, சென்னை - 14.

10. வானமாமலை. நா., பண்டைய வேதத் தத்துவங்களும் வேத மறுப்புப் பௌத்தமும், 2008, அலைகள் வெளியீட்டகம், சென்னை – 24.

11. ஜார்ஜ பொலிட்ஸர், மார்க்ஸீய மெய்ஞ்ஞானம் தத்துவத்திற்கான ஓர் அரிச்சுவடி, 2018, நியூ செஞ்சுரி புக் ஹவுஸ், அம்பத்தூர், சென்னை-98.

- இக்கட்டுரை புதுவைப் பல்கலைக்கழகத் தமிழியற்புலத்தில் ‘அறிவரங்கம்’ நிகழ்வில் 07.09.2022 அன்று வாசிக்கப்பெற்றது.

●

பட்டினத்தாரின் 'புலம்பல்' பாடல்களில் நிலையாமை : சமூகவியல் அணுகல்

இந்தியத் தத்துவவியலில் இருவேறு சமயநெறிகள் இருந்துள்ளன. அவற்றை வைதிக, அவைதிகச் சமயக் குழுக்களாகப் பகுத்துக் காண்பர் அறிஞர்கள். வடக்கே ஆரிய நெறியினரால் உண்டாக்கப்பெற்ற நான்கு வேதங்கள் வைதிகச் சமயம் உருவாக அடித்தளமாக அமைந்தன. வேத நெறியை வலியுறுத்துவதே வைதிக சமயமாகக் கருதப்பட்டது. அதேவேளை, வைதிகச் சமயத்திற்கு எதிராக வடநாட்டில் தோன்றி வளர்ந்திருந்த சமயங்களாக லோகாயதம், சமணம், பௌத்தம் ஆகியனவற்றைக் குறிப்பிடலாம். அக்கால இந்தியப் பரப்பில் கோலோச்சியிருந்த சமண, பௌத்த சமயங்கள் தமிழ் மண்ணிலும், மக்கள் பண்பாட்டில் பல புதிய அறநெறிகளை வகுத்தளித்தன எனலாம். அவற்றில், கொல்லாமை முதன்மையான ஒன்று. சில குறிப்பிட்ட வைதிக சமயங்களில் உயிர் பலிகள் அனுமதிக்கப்பட்டிருந்தன. பழந்தமிழர் வாழ்விலும் வழிபாட்டிலும் பலியிடுதல் இடம்பெற்றிருந்தது. சமண, பௌத்த சமயங்களின் நுழைவிற்குப் பிறகு தமிழ்நாட்டில் 'கொல்லாமை' அறமாகக் கருதப்பட்டுள்ளது. அதேபோல், பண்டைய தமிழ் இலக்கியங்கள் கள்ளுண்ணும் வழக்கத்தினைத் தவறானதாகக் குறிப்பிடவில்லை. ஆனால், அதற்குப் பின் வந்த திருக்குறள் போன்ற அறநூல்கள் கள்ளுண்ணுதலைக் கண்டிக்கின்றன. அதற்குக் காரணம் சமண, பௌத்த சமயங்களின் பரவலால் தமிழ்ச் சூழலில் ஏற்பட்ட பண்பாட்டு மாற்றம் எனக் கொள்ளலாம்.

மனிதனின் உலக வாழ்வில் உயிர், உடல், பொருள், இளமை ஆகியன நிலையாக நில்லாமல் மறைந்துவிடக் கூடியன எனும்

அநித்தியச் சிந்தனையும் அக்காலகட்டத்தில் நிலைப்பெற்றமையைப் பார்க்க முடிகிறது. சமண முனிவர்களால் இயற்றப்பெற்றதாகக் கூறப்படும் நாலடியாரின் துவக்கப்பகுதிகளே இளமை, யாக்கை, செல்வம் என்கிற மூன்று நிலையாமைகளை வலியுறுத்திச் சொல்கின்றன. இந்த நிலையாமைகளை உணர்ந்து ஒரு மனிதன் அறத்தைச் செய்பவனாக மாறவேண்டுமென்று சமண, பௌத்த சமயங்கள் வலியுறுத்தின. வேறுவகையில் சொல்வதென்றால், அக்கால மக்களைத் தனிமனித நலத்தைக் கடந்து சமூக நலத்திற்குள் இம்மார்க்கங்கள் இட்டுச் செல்ல முற்பட்டன எனலாம்.

பண்டைத் தமிழ்ச் சமூகம் இனக்குழுச் சமூக வாழ்விலிருந்து மலர்ந்து, முடியாட்சியை (மூவேந்தர்) நோக்கி வளர்ந்து, உடைமைச் சமூகமாக (தந்தைவழிச் சமூகம்) மருவி வந்தமையைப் பழந்தமிழ் இலக்கியங்கள் பதிவுசெய்திருக்கின்றன. இதில், ‘உடைமைச் சமூகத்திற்கு’ எதிராக வைக்கப்பெற்ற முற்போக்குச் சிந்தனையாக ‘நிலையாமை’யைப் பார்க்க முடிகிறது. இதனை அடியொற்றி அமைந்த தொடக்க கால அற இலக்கியங்களில் வலியுறுத்தப்பட்ட ‘நிலையாமை’ குறித்த சிந்தனை, சைவ, வைணவப் பேரியக்கங்கள் தமிழ் மண்ணில் வலுப்பெற்ற பின், பல நூற்றாண்டுகள் கடந்து மீண்டும் வலியுறுத்தப்படும் போக்கினைப் பார்க்க முடிகிறது. குறிப்பாக, சைவ மரபிலிருந்து கிளம்பிய ‘தமிழ்ச் சித்தர்’ மரபு இதனைக் கைக்கொண்டது எனலாம். இதற்கு வலுசேர்க்கும் விதமாக,

> “தமிழ் நாட்டின் சைவப் பாரம்பரியத்தில் முற்று முழுதான சமூக அமைப்பு நெகிழ்ச்சிக்கான அறைகூவலைச் சித்தர்களுடைய பாடல்களிலே காணலாம்.” *(கார்த்திகேசு சிவத்தம்பி, பக்.140-141)*

எனும் கார்த்திகேசு சிவத்தம்பியின் கூற்று அமைகிறது. இந்த நெகிழ்ச்சியின் விளைவு, தான் வாழும் சமூகத்தைத் தாங்கள் எவ்வாறு கண்டனர் என்பதைச் சித்தர்கள் தம் பாடல்களில் பதிவு செய்ய வாய்ப்பளித்தது. சித்தர்கள் கண்ட சமூக அமைப்பில் பொருளாதாரப் படிநிலைகள், சாதியப் பாகுபாடுகள், ஆண் – பெண் பேதங்கள் போன்றவை எங்ஙனம் இருந்தன என்பதை வெளிப்படையாகப் பாடவும் அவற்றுள் சீர்திருத்தக்

கருத்தாக்கங்களை முன்மொழியவும் வாய்ப்புகள் இருந்துள்ளமை கவனிக்கத்தக்கது.

சித்தர் மரபில் 'நிலையாமை' போன்ற புரட்சிகரமான கருத்துகள் பேசப்படுவது வியப்பொன்றுமில்லை. எனினும், பழந்தமிழிலக்கியங்களில் பாடப்பட்ட விழுமியங்களிலிருந்தும் கடினமான பாவடிமைப்பிலிருந்தும் விலகி, மக்களிடம் எளிய வழியில் சென்றடையும் பாணியில் அமையப்பெற்ற சித்தர் பாடல்களில் 'நிலையாமை' இடம்பெறுவது தனி கவனிப்பிற்குரியது. அவ்வழியில், திருமூலர் தொடங்கிப் பலர் 'நிலையாமை' குறித்துப் பேசியுள்ளனர் என்பதை அறியமுடிகிறது. சித்தர் மரபானது, நிறுவனமயப்பட்ட சமயங்களின் சமூகப் பார்வையிலிருந்து வேறுபட்டு நிற்பதைக் காட்டுகிறது. அவ்வகையில், இக்கட்டுரையானது பட்டினத்தாரின் பாடல்களில், குறிப்பாக 'அருட் புலம்பல்' (117 பாடல்கள்), 'நெஞ்சொடு புலம்பல்' (37 பாடல்கள்) ஆகிய இருபகுதிகளில் வெளிப்படும் புலம்பல்களையும் அவற்றிற்குப் பின்னணியில் உள்ள சமூகவியல் காரணிகளையும் வெளிக்கொணர முற்பட்டுள்ளது. மேலும், இப்பாடல் பகுதிகள் திரு.வி.க. தந்த விருத்தியுரையின் அடிப்படையில் எடுத்தியம்பப் படுகிறது என்பது சுட்டத்தக்கது. இதன் அடிப்படையில், பட்டினத்தாரின் காலகட்டத்தில், 'நிலையாமை' குறித்த சிந்தனை ஏன் வலியுறுத்தப்பட்டது? அதற்கான சமூகத் தேவை என்ன? என்பதை வெளிப்படுத்தும் நோக்கில் இக்கட்டுரை அமைந்துள்ளது.

பட்டினத்தாரின் இருப்பும் சமூக நிலையும்

சித்தர்கள் பொதுவாக மண்ணுலக வாழ்விலிருந்து அயல்பட்டு நின்றனர்; நிற்க விரும்பினர். எனினும் அவர்கள் மண்ணில்தான் வாழ்ந்தனர். வாழ்வியல் முறைகள் மண்ணிலிருந்து அயல்பட்டதாய் இருந்தாலும், வாழும் வாழ்க்கை மண்ணுலகப் போக்கைக் கூர்ந்து விமர்சனத்திற்குட்படுத்தும் பாணியில் அமைந்ததை அவர்தம் பாடல்கள் புலப்படுத்தும். எனினும், இத்தகைய சித்தர்களை மண்ணுலகோர் எவ்வாறு எதிர்கொண்டனர் என்கிற கேள்வி இங்கு எழும்புகிறது. சமூக அசைவியக்கத்தில் சித்தர்கள் ஏற்படுத்திய சலனம் என்னவாக இருந்தது என்பதை எண்ணிப் பார்க்க வேண்டும்.

பேரா. க.கைலாசபதி இது குறித்து,

> "மக்கள் யாவருக்கும் பொதுவான அறிவியல் துறைகளில் ஈடுபட்ட சித்தர்கள் தமது காலத்துப் போலிச் சாத்திரங்கள், சாதிப் பாகுபாடுகள், குருட்டு நம்பிக்கை, வைதிகப் பற்று, மதவெறி, தூய்மை வாதம், வேத வழக்கு ஆகியவற்றைப் பல வழிகளில் எதிர்த்ததில் வியப்பெதுவுமில்லை. ஆனால் அதன் காரணமாகவே மெய்ம்மைவாதிகளான அவர்கள் கேவலம் காயசித்திகள், சுயநலமிகள், மாந்திரீகர்கள், சித்த சுவாதீனமற்றவர்கள் என்றெல்லாம் நிந்திக்கப்பட்டனர்; தூஷிக்கப்பட்டனர்; சமூகத்திலே புறக்கணிக்கப்பட்டனர். உன்னதமான அவர்களுடைய விஞ்ஞானப் பரிசோதனைகள் கீழ்த்தரமான மந்திர ஜால வித்தைகளாகவும் கண்கட்டு வித்தைகளாகவும் அலட்சியம் செய்யப்பட்டன. இவை யாவற்றின் விளைவாகவும் சித்தர்கள் சமுதாயத்தில் இருந்து ஒதுங்கியும், ஒதுக்கப்பட்டும் வாழ்ந்தனர்." *(க.கைலாசபதி, ப.154)*

என்று சித்தர்களின் நிலை குறித்து விரிவாகச் சித்திரிக்கிறார். இது சித்தர்களைக் கேலிக்குட்படுத்தும் சித்திரிப்பன்று. அவர்களை இச்சமூகம் அணுகிய அல்லது எதிர்கொண்ட விதத்தினை வெளிப்படுத்துகிறது. இத்தகையதொரு சூழலே பட்டினத்தாரின் பாடல்களிலும் காணமுடிகிறது. அவை பின்வருமாறு,

> "நகையாரோ கண்டவர்கள் நாட்டுக்குப் பாட்டலவோ
> பகையாரோ கண்டவர்கள் பார்த்தாருக் கேச்சலவோ"
>
> *(அருட்.25)*
>
> "சாதியிற் கூட்டுவரோ சாத்திரத்துக்கு உள்ளாமோ"
>
> *(அருட்.30)*
>
> "சாதியிற் கூட்டுவரோ சமயத்தோ ரெண்ணுவரோ
> பேதித்து வாழ்ந்ததெல்லாம் பேச்சுக்கிட மாச்சுதடி" *(அருட்.33)*

இவ்வாறு தான் கொண்ட பாதையைக் கண்டு இச்சமூகம் என்னவாகக் கருதும், நடத்தும் என்றெண்ணிப் புலம்புவதாக மேற்கண்ட பாடல்களைச் சுட்டலாம். சிவபதத்தை அடைய விழைந்து முக்திப் பேற்றினை நோக்கிப் பரம்பொருள் இட்டுச் செல்லும் வேளையிலும், பட்டினத்தார் எண்ணிப் புலம்புவதும்

வருந்துவதும் இம்மண்ணுலகத் தில் தான் எதிர்கொண்ட இந்தச் சமூக வாழ்க்கையைப் பற்றிதான் என்பதை உய்த்துணரலாம். இவ்வாறு சமூகத்தை எதிர்கொள்வதற்குக் காரணமாகப் பட்டினத்தாரே,

“கற்புக் குலைத்தமையுங் கருவே ரறுத்தமையும்
பொற்புக் குலைத்தமையும் போதம் இழந்தமையும்”

(அருட்.27)

என்னும் குறிப்பினைத் தருகிறார். மகடூஉ முன்னிலையில் அமைந்த அருட்புலம்பலில் தன்னையும் ஒரு மகடூஉவாகப் பாவித்து, தனக்கேற்பட்ட நிலையைப் பட்டினத்தார் விவரிக்கிறார். அதாவது, தமிழ்ப் பண்பாட்டில் வரும் ‘கற்பு’ நெறியைக் கையிலெடுக்கிறார். இதற்கு, விருத்தியுரை கூறும் திரு.வி.க. அவர்கள் கற்பழித்தமையை ‘ஆன்மா ஆண்டவனோடு ஒன்றுபட்டு நுகர்ந்த இன்பத்தைக் குறிப்பித்தவாறாம்’ என்று விளக்குகிறார். ஆனால், கற்புக் குலைத்தலை ஏன் பட்டினத்தார் இந்தப் பொருண்மையில் கொண்டுவந்து பாடவேண்டும் என்று உற்று நோக்கவேண்டும். அதேபோல், முன்னர்ச் சொன்ன ‘சாதி என்றது தத்துவத்தை. ஆண்டவனோடு கூடிய ஆன்மா மீண்டும் தத்துவத்தில் தோய்வதில்லை’ எனும் குறிப்பையும் உரைகாரர் திரு.வி.க. தருகிறார். ‘கற்பு’, ‘சாதி’ ஆகியவற்றிற்கான உள்ளார்ந்த பொருண்மைகளாக மேற்கூறியவற்றை இனம் காணலாம். ஆனால், பட்டினத்தார் காலத்திய பண்பாட்டில் இச்சொற்களுக்கான பொருண்மை என்னவாக இருந்திருக்கும் என்பதை ஊகிக்கவேண்டும். உண்மையில் ‘சாதியிற் கூட்டுவரோ’ என்பது சாதாரண மக்கள் குழுவில் தங்களையும் இணைத்துக் கொள்ள முடியாத நிலையே காட்டுகிறது. அடுத்த நிலையில், ‘பேச்சுக்கிட மாச்சுதடி’ எனவும் கூறிச் செல்கிறார். யார் இந்தப் பேசுபொருள் என்றால், பட்டினத்தார் அல்லது சித்தர்களைச் சுட்டி நிற்கிறது. பேசுவோர் யார் என்றால், அவர் காலத்து மக்கள் கூட்டத்தைக் குறிக்கிறது. மக்கள் என்ன பேசினார்கள் என்றால், ‘பேதித்து வாழ்ந்ததைப்’ பற்றிப் பேசினார்கள் என்று அவரே சொல்லிவிடுகிறார்.

அதனைத் தொடர்ந்து, 'பகையாரோ கண்டவர்கள்' என்னும் குறிப்பையும் பட்டினத்தார் தருகிறார். ஒருவேளை திரு.வி.க. வழி பொருள்கொண்டால், தன் தத்துவத்தைப் பகைக்கும் எதிர்த் தத்துவமும் இருந்ததாகவே கொள்ள வேண்டியிருக்கிறது. முன்னுரையில் குறிப்பிட்டவாறு, சமண, பௌத்த சமயங்களின் நிலைப்பேறு தளர்ந்து, தமிழ்ப் பரப்பில் உள்ளியங்கும் பக்தி இயக்கங்களாகச் சைவமும் வைணவமும் ஊன்றி வளர்கின்ற வேளையில் பட்டினத்தார் கண்ட தத்துவத்தை எதிர்க்கும் தத்துவம் எந்தத் தரப்பினருடையதாய் இருந்தது எனவும் சிந்திக்க வேண்டியுள்ளது. அல்லது, பட்டினத்தார் பிறர் எதிர்க்குமளவிற்கு எத்தகைய தத்துவத்தை வலியுறுத்தினார் என்கிற கோணத்திலும் பார்க்க வேண்டியுள்ளது. அவ்வாறு எதிர்த்த தத்துவங்களின் நிலை என்னவாக ஆனது என்பதையும்,

"மெத்த விகாரம் விளைக்கும் பலபலவாம்
தத்துவங்கள் எல்லாந் தலைகெட்டு வந்ததடி." *(அருட்.4)*

"எல்லாரும் பட்டகளம் இன்னவிட மென்றறியேன்"
(அருட்.15)

என்கிற பாடலடிகளில் விவரிக்கிறார் பட்டினத்தார். பிற சமயங்களின் வீழ்ச்சியைக் காட்டும் வரிகளாக மேற்கண்டவற்றைக் குறிப்பிடலாம். ஆனால், என்னென்ன தத்துவங்கள் வீழ்ச்சியைக் கண்டன என்பதைக் குறிப்பிடவில்லை.

பட்டினத்தாரின் 'புலம்பலில்' வெளிப்படும் தத்துவச் சார்பு

முன்னர் குறிப்பிட்டவாறு பட்டினத்தாரின் தத்துவச் சார்பைச் சிந்திப்பதற்கும் அவர்தம் நிலையாமைக் கருத்தாக்கத்திற்கும் என்ன தொடர்பு என்பதைக் காணும் முன்னால், அவர் வலியுறுத்திய அல்லது அவரை ஆட்கொண்ட பரம்பொருளின் தன்மைகளையும் செயல்களையும் காண்போம். இது அவரின் தத்துவச் சார்பை எடுத்துக்காட்டும்.

"ஆதார மோராறும் ஐம்பத்ரோ ரட்சரமும்
சூதான கோட்டையெல்லாம் சுட்டான் துரிசறவே." *(அருட்.3)*

இதன்வழி, மூலாதாரம், சுவாதிஷ்டானம், மணிபூரகம், அநாகதம், விசுத்தி, ஆஞ்ஞை எனும் அறுவகை ஆதாரங்களையும் அதில் பொருந்தியுள்ள ஐம்பத்தோரெழுத்துகளையும் குறிப்பிடுகிறார்.

இதனைத் தொடர்ந்து,

"மூன்று வகைக்கிளையு முப்பத் தறுவரையும்
கான்று விழச்சுட்டுக் கருவே ரறுத்தாண்டி." *(அருட்.12)*

என்று கூறிச் செல்கிறார். இதில் குறிப்பிடப்படும் மூன்று வகைக் கிளைகளை ஆத்மத் தத்துவம், வித்யா தத்துவம், சிவத் தத்துவம் *(முப்பாழ்)* என்பதாகத் திரு.வி.க. சுட்டுகிறார்.

"உட்கோட்டைக் குள்ளிருந்தார் ஒக்க மடிந்தார்கள்
அக்கோட்டைக் குள்ளிருந்தா ரறுபதுபேர் பட்டார்கள்."
(அருட்.16)

இதற்கு, முப்பத்தாறு காரணத் தத்துவமும், அறுபது காரியத் தத்துவமும் அழிந்தன என்பதாகத் திரு.வி.க. விருத்தியுரை தருகிறார். மேலும்,

"மண்முதலாம் ஐம்பூத மாண்டுவிழக் கண்டேண்டி
விண்முதலாம் ஐம்பொறிகள் வெந்துவிழக் கண்டேண்டி"
(அருட்.7)

பஞ்சபூதங்களாகிய பிருதிவி, அப்பு, தேயு, வாயு, ஆகாயம் முதலானவையும் ஐம்பொறிச் சேட்டைகளான சப்தம், ஸ்பரிசம், ரூபம், ரசம், கந்தம் முதலானவையும் ஒடுங்குதல் பற்றிப் பேசிச் செல்கிறார். மேற்கண்ட பாடல்களின் விவரணைகள் வழி, வேதாந்தத் தத்துவத்தின் சில சாரங்களையும் சைவ சித்தாந்த உட்கூறுகளையும் ஒருங்கிணைத்து வெளிப்படுத்துவதாக எண்ணுவதற்கு இடமுள்ளது. 'கருவேரறுத்தாண்டி', 'ஒக்க மடிந்தார்கள்', 'அறுபதுபேர் பட்டார்கள்', 'மாண்டுவிழக் கண்டேண்டி', 'வெந்துவிழக் கண்டேண்டி' போன்ற சொல்லாடல்கள் ஆணவம், கன்மம், மாயை உள்ளிட்டவற்றின் செயலொடுக்கங்களைச் சுட்டும் வேளையில், எதிர்த் தத்துவத்தினரின் வீழ்ச்சியையும் ஒருசேர குறிப்பிடுவதாகவே தென்படுகிறது.

ஆனால், இத்தகைய விழைவில் முனைப்புக் காட்டிச் சிந்திக்கும் பட்டினத்தாரே, பின்வரும் பாடலில் அதனால் கண்ட மனஅலைவுகளை விவரிக்கிறார்.

"தந்திரத்தை உன்னித் தவத்தை மிகநிறுத்தி
மந்திரத்தை உன்னி மயங்கித் தடுமாறி
விந்துருகி நாதமாம் மேலொளியைக் காணாமல்
அந்தரத்தே கோலெறிந்த அந்தகன்போ லானேனே. (நெஞ்.36)

'தந்திரம்' என்ற சொல்லுக்கு 'ஆகமம்' என்றும், 'மந்திரம்' என்ற சொல்லுக்கு 'வேதம்' என்றும் இனஞ்சுட்டும் திரு.வி.க. 'ஆகம நெறி விடுத்து வேதநெறி நிற்போர் விரைவில் ஞானம் பெறாமல் தடுமாறுத்தினராய் வருந்துவர் என்பது... இதனால் வேத மார்க்கத்தை இழித்துக் கூறவேண்டுமென்பது ஆசிரியர் கருத்து அன்று.' என்பதாகக் கொண்டுகூட்டிக் கூறுகிறார். இவற்றைத் தொகுத்துக் காணும்பட்சத்தில் பட்டினத்தார் கொண்டிருந்த வேத – சைவ சித்தாந்தத் தத்துவச் சார்பு புலப்படுத்துகிறார் உரையாசிரியர். அடிப்படையில் திரு.வி.க.வும் சைவப் பற்றாளர் என்பதையும் மனம்கொள வேண்டும். வேதத்தைப் பழிக்கக் கூடாது என்பது பட்டினத்தார் நிலைப்பாடல்ல என்று வேறொருவரான திரு.வி.க. கூறுவது, யாருடைய நிலைப்பாடு அது என்கிற ஐயத்தை எழுப்புகிறது. தமிழ்ச் சமூகம் இந்த ஐயத்தைத் தீர்த்து வைக்கும்.

மேலும், சித்தர் மரபில் ஒவ்வொருவரும் தங்களுக்கான தனி பாணியைக் கையாண்டுள்ளனர் என்பது அவர்தம் பாடல்கள்வழி அறியமுடிகிறது. அதேபோல், வீடுபேறு அடைதல் பற்றி அவர்களுக்குள் கருத்து வேறுபாடுகள் கொண்டிருந்திருக்கின்றனர். சமூக வாழ்வில் மக்கள் படும் அல்லல்களைக் கண்டு, அவர்களுக்கு அவற்றிலிருந்து விடுபடும் வழிகளைத் தாங்கள் கண்ட ஞானத்தெளிவிலிருந்து எடுத்துக் கூறியுள்ளனர். சில சமயங்களில் சமூகச் சீர்த்திருத்தங்களையும் முற்போக்கான செயல்பாடுகளையும் முன்னெடுத்துள்ளனர். இதற்கு, சமீபத்திய வரலாற்றுச் சான்று, வள்ளலார் என்றழைக்கப்படும் வடலூர் இராமலிங்கள் அடிகள் ஆவார். ஆனால், இன்றைக்கு இம்மரபுக்குப் பின்னால் இருக்கும் வேதாந்தச் சார்பும், நில ஆக்கிரமிப்பும், அரசியல் தலையீடுகளும், அதிகாரத்துவப் போக்கும், பொருளாதாரக் கொள்ளைகளும், பட்டினத்தார் காலத்தில் இருந்திருக்குமா என எண்ணத்

தோன்றுகிறது. ஆனால், இம்மாதிரியான அவதூறுகளில் சிக்காமல் இருக்க, சமூக நலனில் மிகுந்த அக்கறைக் கொண்ட நபர்களாகக் காட்டிக் கொள்வதுடன், தங்கள் உரைகளையும் செயல்பாடுகளையும் அதற்கேற்றாற்போல் கட்டமைத்துள்ளனர். இவை யாவும் இன்றைய வாழ்வில் நிறுவனமயப்பட்ட நடைமுறைக்குள் ஒளிந்துகொண்டு, மக்களை ஏமாற்றும் நாசக்கார வேலைகளைச் செய்துவருகின்றனவே தவிர, மக்களை நல்வழிப்படுத்த தீவிரம் காட்டவில்லை. இந்த இடத்தில் சித்தர் மரபில் உள்ள சிக்கல்களை,

> "தமிழ்ப் பாரம்பரியத்திற் சித்தர்களாகப் போற்றப்படு பவர்களைப் பார்க்கும் பொழுது அவர்கள் யாவரும் ஒரே கோட்பாட்டைக் கொண்டவர்கள் என்று கூறிவிடமுடியாது. சித்தர்களாகக் கொள்ளப்படும் சிலரை-சித்தாந்திகளாகவும் கொள்ளும் மரபுண்டு." (ப.155)

எனும் கார்த்திகேசு சிவத்தம்பியின் அவதானிப்பு அரண் செய்கிறது. 'சித்தாந்திகள்' என்று இங்குக் குறிப்பிடப்படுவோர் சைவ சித்தாந்திகள் என்பதாக உய்த்துணர முடிகிறது. கலகக் குரலோடு திகழ்ந்த சித்தர் மரபில், இத்தகைய வரன்முறைப்பட்ட சிந்தனைகளின் வழிநின்று நிறுவனமய நோக்கில் செயல்படுவதற்கான கட்டாயம் என்ன என்கிற கேள்வி எழுகிறது. இந்நிலையில், சமூக வாழ்வின் முக்கியத்துவத்தை நிலையாமையின் வாயிலாகப் பேசும் தளத்தில் பட்டினத்தாரின் தத்துவப் பின்புலங்கள் எதிரொலிக் கின்றனவா என இனிக் காண்போம்.

பட்டினத்தார் கண்ட நிலையாமையும் சமூகச் சமநிலையும்

பட்டினத்தார் பரம்பொருளால் ஆட்கொள்ளப்பட்ட விதத்தினை உவமைப்படுத்திக் கூறுவதில் நிலையாமை நிலை தெளிவாகப் புலனாகிறது. அதாவது, 'இரும்பினுறை நீர்போல எனைவிழுங்கிக் கொண்டாண்டி' (அருட்.75), 'தீயிரும்பில் நீரானேன்' (அருட்.115) என்று இந்த உவமைகளில் பழுக்கக் காய்ச்சிய இரும்பு நீரில் முங்கும்போது, அந்நீரினைத் தழல் குடிப்பது தெரிகிறது. அவ்விரும்புக்குள் அந்நீர் சென்றிருக்கிறதா? ஆவியில் கலந்ததா? எனத் தெரியாது. அதுபோல, நீராகத் தாமிருக்க, பழுக்கக் காய்ச்சிய இரும்பாய்ப் பரம்பொருள் உட்செரித்துக் கொள்வதாய்ச்

சித்திரிக்கிறார். இதில் தன்னிலை மாற்றம் என்கிற நிலையில், இறைவனோடு கலத்தல் நிகழ்ந்து, மோட்சத்திற்குச் செல்லலாம் என்பதாகப் புரிந்துகொள்ள முடிகிறது.

அதே பரம்பொருளை உவமிக்கையில்,

'மாணிக்கத்துள்ளொளி போல்' (அருட்.78),
'சிப்பியில் முத்தொளிகாண்' (அருட்.95),
'கொட்டாத செம்பொனடி' (அருட்.100)

என்று அன்றைச் சமூகத்திற் பெரும் செல்வ வளத்திற்குரித்தான பொருள்களைத் தம் பாடல்களில் எடுத்துக் கூறுவதும் மனங்கொளத்தக்கது. இது ஆதிக்க வர்க்கத்தின் சொல்லாடல்கள். மாணிக்கம், முத்து, செம்பொன் (தங்கம்) என்று உயர் ரக உலோகங்களின் மகத்துவத்தை உணர்ந்திருந்த சமூக வாழ்வியலாகவும் இதைப் புரிந்துகொள்ள முடிகிறது. இறையை / பரம்பொருளை இப்படி உயர்வான பொருட்களோடு ஒப்பிட்டு நோக்கும் வழமையைப் பட்டினத்தாரும் கொண்டிருந்தார் என்பதற்கு மேற்கண்டவைகள் சான்று.

தமிழ்ச் சூழலில் சித்தர்களின் குரல்கள் சலனத்தை உண்டுபண்ணாமல் இருந்ததில்லை. இதற்குப் பட்டினத்தாரும் விலக்கல்ல. 'இன்றிருந்து நாளைக்கு இறக்கிறபே ரெல்லோரும்' (அருட்.108) என்று மனித வாழ்வைச் சுருக்கிக் கூறும் பட்டினத்தார் இச்சிறு வாழ்வில் மனிதர்கள் ஆற்ற வேண்டிய கடமைகளைத் தம் புலம்பல் பாடல்கள் வழி பதிவு செய்திருக்கிறார். அதற்குமுன் இவ்வாறு கருதவேண்டியதன் அவசியத்தைத் துரை. சீனிச்சாமி அவர்களின் கூற்றின் மூலம் தெளிவுபடுத்திக் கொள்ளலாம்.

"சித்தர் சிந்தனை மரபை ஆராயும் இன்றைய சூழலில் இந்தியச் சமயத் தத்துவ மரபிலுள்ள, எதிர்ப்பியத்தை நிறுவன சமயம் அல்லது கோவில் மதவாதத்திலிருந்து மாறானதாக அதற்கெதிரானதாகச் சித்தர்களின் ஆன்மிக மரபை முன்வைக்க வேண்டும். உண்மையும் அதுதான். இரண்டையும் ஒன்றாக்குவதன் மூலம் எதிர்ப்பியம் உள்சிதைக்கப்படுகிறது. கோயில் பண்பாட்டுக்கான மறைமுக ஆதரவு, ஒரு சில பொருள் முதல்வாதத் தத்துவவாதிகளிடமிருந்தும் கூட கிடைக்கிறது. ஆக, சித்தரின் எதிர்ப்பியத்தை இரட்டைத்

> தாக்குதல்களிலிருந்து காப்பாற்ற வேண்டிய பொறுப்பும்
> அறிவுத்திராணியும் இளந்தலைமுறையினர்க்கு வேண்டும்.
> (துரை.சீனிச்சாமி, ப.273)

என்கிற காத்திரமான பதிவு, சித்தர்கள் தமிழ்ச் சமூகத்தின் பரிணாமத்திற்கு வழிகோலிய விதத்தினை இன்றைய வாசிப்பின்வழி எவ்வாறு வெளிக்கொணர வேண்டும் என்கிற எதிர்பார்ப்பை முன்வைக்கிறது. பின்நவீனத்துவச் சூழலில், மையம் x விளிம்பு என்கிற கண்ணோட்டம் பெரும் முக்கியத்துவம் பெற்றுள்ளது. மையம் என்பது ஆதிக்க வர்க்கத்தின் நலனுக்காகவும் நிறுவனமயப்பட்ட சிந்தனாமுறைகளையும் கொண்டிருப்பது. ஆனால், விளிம்பு அதற்கு நேர் எதிரானது. அதிகாரத்தை உடைத்தெறிய விழைவது. இதுவரை நம்பவைக்கப்பட்டு வந்த அதிகாரத்துவக் கருத்தாடல்கள் மீது கேள்வி எழுப்புவது. எனவே, சித்தர்கள் என்போர் மையத்தின்பால் நிற்கத் துணைபோகமாட்டார்கள் என்பதை, துரை.சீனிச்சாமியின்வழி புரிந்துகொள்ளலாம். அதேவேளை, அவர்கள் சார்ந்த கொள்கைப் பின்புலத்தை வைத்துக்கொண்டு நிறுவனமயப்பட்ட சித்தாந்தங்களுக்குள் அவர்களை ஒடுக்கிவிடும் வேலைகள் நடைபெறுகின்றன என்பதைக் கூறி எச்சரிப்பதையும் பார்க்கமுடிகிறது. அவ்வகையில், பட்டினத்தாரின் அதிகாரத்துவ எதிர்ப்பு, எங்ஙனம் தம் பாடல்களில் நிலையாமைக் கருத்தாக்கங்களாக வெளிப்பட்டுள்ளன என்பதைக் காண்போம்.

> "மண் காட்டிப் பொன்காட்டி மாய இருள்காட்டிச்
> செங்காட்டி லாடுகின்ற தேசிகளைப் போற்றாமல்
> கண்காட்டும் வேசியர்தங் கண்வலையில் சிக்கிமிக
> அங்காடி நாய்போ லலைந்தனையே நெஞ்சமே"
>
> (நெஞ்.1)
>
> "மாணிக்க முத்து வயிரப் பணிபூண்டு
> ஆணிப்பொன் சிங்கா தனத்தி லிருந்தாலும்"
>
> (நெஞ்.6)
>
> "வாதுக்குத் தேடியிந்த மண்ணிற் புதைத்து வைத்தே
> ஏதுக்குப் போகநீ எண்ணினையே நெஞ்சமே." (நெஞ்.10)

என்று புலம்பிச் செல்லும் பாடல்களில், பொருட்களைப் பதுக்கும் 'தனியுடைமை' பெருகிய விதத்தினை எடுத்துக் காட்டுகிறார்.

இவற்றோடு வளக் குவிப்புப் பற்றிய சித்திரிப்பையும் உடன் சேர்த்து நோக்கவேண்டும்.

> "உற்பத்தி செம்பொன் உடைமைபெரு வாழ்வைநம்பிச்
> சர்ப்பத்தின் வாயில் தவளைபோ லானேனே." (நெஞ்.12)

என்று உற்பத்தி செய்யும் பொருட்கள், செம்பொன் ஆகியவற்றை உடைமையாகக் கொள்வது பற்றிய விவரிப்பு அன்றைய தமிழ்ச் சமூகத்தின் யதார்த்தத்தைப் புலப்படுத்துகிறது. ஆனால், எந்தப் பொருளும் நிலையாக இருக்காது என்பதை வலியுறுத்த, பாம்பின் வாயில் அகப்படும் தவளையைப் போல, தாமும் ஒருநாள் பரம்பொருளால் ஆட்கொள்ளப்போகும் நிலையில், எதற்கு இப்படிப் பொருட்களைக் குவித்துக் குவித்துத் 'தம் பொருள், தம் பொருள்' என்று தம்பட்டம் அடித்துக்கொள்வது என்பதாகப் புலம்புகிறார். இந்த வளக்குவிப்பைத் தடுக்கும் வழியையும் அவரே முன்மொழிகிறார். இந்தப் பின்னணியில்,

> "அன்னம் பகிர்ந்திங்கு அலைந்தோர்க் குதவிசெயும்
> சென்ம மெடுத்தும்" (நெஞ்.4)

எனும் வரியைக் காணமுடிகிறது. இதேபோல், பசிப்பிணியைப் போக்கும் பொருட்டு வேறு சில புலம்பல் பாடல்களிலும் குறிப்பிடுகிறார். சித்தர்கள் மண்ணுலக வாழ்வில் எதிர்கொண்ட பெரும் சிக்கல்களுள் பசிப்பிணியும் தலையாய ஒன்று. இவர்களைப் போலத்தான் விளிம்பில் உள்ள ஏழை எளிய மக்களும். மானுடப் பிறவி எடுத்திருப்பதே, பகுத்துண்டு பல்லுயிர் ஓம்புவதற்கே என்றாற்போல விவரித்துச் செல்கிறார். ஆனால், இத்தகைய பசிப்பிணிக்குப் பின்னால் ஆதாரமாய் இருப்பது உடல்; அதில் அமைந்திருப்பதுதான் வயிறு. ஆக, கார்ல் மார்க்சு சொல்வதுபோல, மனித வாழ்வில் பசி உள்ளவரை, ஆண்டான், அடிமை வர்க்கம் இருக்கும் என்பதைப் புரிந்துகொள்ளலாம். பொருளாதாரப் பங்கீட்டில் ஏற்படும் ஏற்றத் தாழ்வுகளால், தொழிலாளிகள் என்றும் ஏழைகளாகவும், முதலாளிகள் / ஆண்டான் என்றும் பெருந்தனக் காரர்களாகவும் செழிக்கும் அபாயத்தை அவர் காலத்திலேயே கண்டிருக்கிறார், பட்டினத்தார். ஆகையால்தான், அவர் உடலை வெறுக்கிறார் என்பதாகத் தோன்றுகிறது. இதுகுறித்துப் பின்வரும் கூற்றினைக் காண்போம்.

"உடலை ஓர் இழிந்த பொருளாகக் கூறி அதனைப் பழித்துரைப்பவர் பட்டினத்தாரைப் போல எவருமே இல்லை எனத் துணிந்து கூறலாம். நோய்க்கு மருத்துவம் செய்து உடல் நலம் பேண வழிகண்ட சித்தர்களிடையே பட்டினத்தாரை வைத்து எண்ண முடியவில்லை. உடலை வெறுப்பதிலும் இழிவுபடுத்துவதிலும் அவர் ஓர் உச்ச நிலைக்குச் செல்ல தக்க காரணம் இருந்திருக்க வேண்டும். அது, வெளிக் கொணரப்படாத அவருடைய அனுபவமாக இருக்கக் கூடும்... இந்தியத் தத்துவ ஞானிகளும் பத்தர்களும் சித்தர்களில் பெரும்பான்மையரும் உடலை ஒரு கருவியாகக்கொண்டு மனிதன் ஆன்ம விடுதலை பெறவேண்டுமென விரும்பினரேயன்றி உடலைப் பழித்துரைக்கவில்லை என்பதை நினைவு கூர்தல் வேண்டும்." *(க.நாராயணன், ப.80)*

இது, பேரா. க.நாராயணன் என்பாரின் கருத்து. இதற்குப் பொருந்தும் வகையில், பட்டினத்தாரின் பின்வரும் அடிகளை அடையாளம் காண முடிகிறது.

"ஊற்றைச் சடலத்தை உண்டென் றிறுமாந்து" *(நெஞ்.16)*,
"ஓட்டைத் துருத்தியை உடையும் புழுக்கூட்டை" *(நெஞ்.19)*,
"ஊன்பொதிந்த காயம் உளைந்த புழுக்கூட்டை" *(நெஞ்.20)*,
"ஊன முடனே உடையும் புழுக்கூட்டை" *(நெஞ்.33)*,
"நாறாமல் நாறி நழுவும் புழுக்கூட்டை" *(நெஞ்.34)*

இவ்வாறு உடலைப் புழுக்கள் மண்டும் கூடு என்பதாகப் பழித்துரைப்பது, சமூக வாழ்வில் படும் இன்னல்களைக் குறிப்பிடுவதாக அமைகிறது. உடலைக் குறித்து இவ்வளவு காட்டமாகப் பதிவு செய்வதற்குப் பின்னால், சமூக வாழ்வின் அவலங்கள் மறைந்திருப்பதாகவே எண்ணத் தோன்றுகிறது.

நிறைவுரையாக, பட்டினத்தாரின் புலம்பல் பாடல்கள் வழி நிலையாமையானது, மனித வாழ்க்கை அநித்தியமானது என்பதாகவோ, சமண, பௌத்தர்கள் குறிப்பிட்டதுபோல் எதுவும் நிலையானதன்று என்பதாகவோ முற்றுமுழுதாகத் துடைத்தெறியவில்லை. மனித வாழ்க்கை என்பது மண்ணைச் சார்ந்துள்ளது. அதாவது, மண்ணகத்துக் கிடைக்கின்ற வளங்களையும் அவற்றின் வழி ஈட்டும் செல்வங்களையும் சார்ந்துள்ளது. அத்தகைய செல்வம் ஈட்டும் நிலையிலிருந்து அவற்றைப் பொதுவில்

வைக்காமல் ஒரு தரப்பினர் மட்டும் சுரண்டும் நிலைக்கோ, அவ்வாறு சுரண்டப்பட்டவை தனியுடமை ஆக்கப்படும் நிலைக்கோ செல்லும்போதுதான் சமூக அலைவுகள் ஏற்படுவதைக் கூர்ந்து நோக்கியிருக்கிறார் பட்டினத்தார் என்பது தெளிவாகிறது. உள்ளவன் கொடுத்தால் சமூகம் சமன் பெறும் என நம்பினார். ஆனால், சமூகத்தின் சமநிலையைப் பேண, மண், பொன், பெண் ஆகியவற்றின் பற்றினை அறுக்கவேண்டும் என்பதில் பட்டினத்தாருக்கும் சமூகத்திற்கும் இடையே முரண் இருப்பதாகவே தெரிகிறது. அதற்கு, அவர்தம் தத்துவச் சார்பு காரணமாக இருந்திருக்கலாம். மேலும், மண், பொன் பற்றிய நிலையாமையும் பெண் பற்றிய நிலையாமையும் ஒரே தளத்தில் வைத்துப் பார்க்க வேண்டியதா என்கிற வினா இங்கு எழும்புகிறது. இதுகுறித்து, ஆழ்ந்த ஆய்வுகள் எதிர்காலத்தில் அமையலாம்.

துணை செய்த நூல்கள்

1. கைலாசபதி,க, ஒப்பியல் இலக்கியம், நாகர்கோயில் : காலச்சுவடு பதிப்பகம், 2018.
2. சிவத்தம்பி,கார்த்திகேசு, தமிழ் இலக்கியத்தில் மதமும் மானுடமும், சென்னை : நியூ செஞ்சுரி புக் ஹவுஸ் (பி) லிட், 1994.
3. சீனிச்சாமி,துரை, இலக்கியத் திறனாய்வில் சமூகவியல் அணுகுமுறை, சென்னை : நியூ செஞ்சுரி புக் ஹவுஸ் (பி) லிட், 2018.
4. திரு.வி.க., பட்டினத்தார் பாடல்கள், சென்னை : முல்லை நிலையம், 2005.
5. நாராயணன்,க., பத்தராய்... சித்தராய்... பட்டினத்தார், புதுச்சேரி : மாரி பதிப்பகம், 2005.

- புதுவைப் பல்கலைக்கழக வரலாற்றுத் துறையும் ஒன்றிய அரசின் பண்பாட்டு அமைச்சகமும் இணைந்து நடத்திய ‘தாந்த்ரீக மதம் : தத்துவம், இலக்கியம், வழிபாட்டுமுறைகள், கலை, வரலாறு, மற்றும் சமகாலப் போக்குகள்’ பொருண்மையிலான பன்னாட்டுக் கருத்தரங்கில் 27.09.2023 அன்று வாசிக்கப்பெற்றது.

கி.ரா.வின் நாடகங்களில் பின்காலனித்துவக் கூறுகள்

தமிழ்ச் சூழலில் 'கரிசல் இலக்கியம்' என்றொரு தனித்த வகைமையை ஆர்த்தெழச் செய்ததில் கு.அழகிரிசாமிக்கு அடுத்த நிலையில் கி.ராஜநாராயணனுக்குப் பெரும்பங்கு உண்டு. இவர்தம் எழுத்துகள் கரிசல் மண்ணின் மகத்துவத்தையும் அம்மக்களின் யதார்த்த வாழ்வியலையும் சித்திரித்தமை குறிப்பிடத்தக்கது. கி.ரா.வின் எழுத்துகளில் சிறுகதை, நாவல், குறுநாவல், கட்டுரைகள், நேர்காணல் பதிவுகள், வழக்குச்சொல் அகராதி, நாட்டுப்புறக் கதைகள், பாலியல் கதைகள், சிறார் கதைகள், சிறார் விளையாட்டுகள் போன்றவை கவனம் பெற்ற அளவிற்கு, அவர்தம் இசை குறித்த பதிவுகள் (சங்கீத நினைவலைகள்), கடிதங்கள் (கு.அழகிரிசாமி கடிதங்கள் – கி.ரா.வுக்கு எழுதியவை, அன்புள்ள கி.ரா.வுக்கு – எழுத்தாளர்கள் எழுதிய கடிதம்), நாடகங்கள் ('முரண்பாடுகள்' தனி நூலாக வெளிவந்தது, 'ராஜாவீட்டுக் கல்யாணத்துக்குப் பூசணிக்காய்' முதல் கதை சொல்லி இதழில் வெளியான சிறார் நாடகம்) போன்றவை பெருமளவு கவனம் பெறவில்லை எனலாம். இதற்குக் காரணம், ஒப்பீட்டளவில் கி.ரா.வின் படைப்புகளில் அவை அரிதினும் அரிதாக ஆக்கம்பெற்றுள்ளன. இங்கு கட்டுரையின் பொருண்மையாக எடுத்துக் கொள்ளப்படும் நாடகப் பிரதிகளும்கூட அவ்வகையில்தான் சேரும். நூற்றுக் கணக்கில் புனைகதைகளைத் தந்த கி.ரா. எழுதிய நாடகங்கள் இரண்டே ஆகும். அவையும் நெடுங்காலத்திற்கு முன் எழுதப்பட்டவை என்பது குறிப்பிடத்தக்கது.

எந்தவொரு எழுத்தும் வாசிக்கப்பட்டுக்கொண்டிருக்கும் வரை ஒரு குறிப்பிட்ட கால எல்லைக்குள் சிக்கிக்கொள்வதில்லை.

அவ்வகையில், கி.ரா. எழுதிய முரண்பாடுகள் (1986), ராஜாவீட்டுக் கல்யாணத்துக்குப் பூசணிக்காய் (1997) நாடகங்களின் பொருண்மை களைச் சமகால வாசிப்பிற்குட்படுத்த வேண்டியது அவசியமாகிறது. இதில் முதலாவதாகக் குறிப்பிட்ட 'முரண்பாடுகள்' நாடகம், நெல்லை வானொலிக்காக எழுதி ஒலிபரப்பப்பட்டது என்கிற குறிப்பும் கிடைக்கிறது. நாடகம் என்றாலே காட்சிவழியே கண்டுணர்வது மனதிற்கு வரும். ஆனால், காண்பது என்கிற நிலை மாறி, கேட்டு நுகரப்படும் நிலைக்கு ஏற்ப அமைக்கப்பெற்றுள்ளது என்பது இந்த நாடகத்தின் சிறப்பிற்குரிய அம்சமாகும். பொதுவாக, கி.ரா. அதிகாரமயத்தை எதிர்க்கும் கலகக்குரலை விடுத்து, அதிகாரமயத்தைக் கிண்டல் செய்யும் நோக்கிலும் பூடகமாக அவற்றைப் போட்டுடைக்கும் நோக்கிலும் தம் எழுத்துகளைக் கட்டமைத்துக் கொண்டவர். அதற்கு மிகச் சிறந்த சான்று, 'கரண்ட்' என்கிற சிறுகதையாகும். அதே பாணியில், இந்தியச் சூழலில் பெண்கல்வியின் நிலை குறித்தும், தொழில்துறை வளர்ச்சியில் விவசாயம் கண்டிருக்கின்ற பின்னடைவையும் தம் எழுத்துகளில் நையாண்டித்தனத்தோடு பதிவு செய்து போகிறார். இவை, பின்காலனித்துவக் கருத்தாக்கங்களைப் பிரதிபலிப்பதாக உள்ளன. எனவே, இவ்விரு நாடகங்களில் இழையோடும் பின்காலனித்துவக் கூறுகளை எடுத்தியம்பும் நோக்கில் இக்கட்டுரை எழுதப்பட்டுள்ளது.

'முரண்பாடுகள்' நாடகப் பின்புலம்

'முரண்பாடுகள்' நாடகமானது 1986இல் நெல்லை வானொலிக்காக எழுதி, ஒலிபரப்பப்பட்ட நாடகப் பிரதி என்பதை முன்பே குறிப்பிட்டோம். மங்கம்மாவின் மூத்த மகளான பி.ஏ. லிட்ரேச்சர் படித்த 'புஷ்பா'வைச் (தலைமை மாந்தர்) சுற்றிக் கட்டமைக்கட்டுள்ளது நாடகத்தின் கதையம்சம். துணைவரை இழந்த மங்கம்மா, இருக்கும் கொஞ்ச நிலத்தில் பருத்திப் பயிர் செய்திருப்பதாகக் கதை நகர்கிறது. பருத்திக் காட்டில் வேலை பார்ப்பதற்குக் கூட ஆட்கள் பற்றாக்குறை ஏற்படுகிறது. காரணம், அப்பகுதியில் பெருகிவரும் தீப்பெட்டித் தொழிற்சாலைகளுக்கும், வீடுகளிலேயே தீப்பெட்டி ஒட்டும் வேலைக்கும் மக்கள் மாறிவிட்டனர். விவசாயக் குடும்பப் பின்னணியில் இருக்கும் பெண் (புஷ்பா) பட்டப்படிப்பு வரை படித்திருப்பதை விவரிக்கும் கதைக்களம், அந்தப் புள்ளியில்தான் கதைச் சிக்கலையும்

வைத்திருக்கிறது. திருமண வயதை எட்டியும் 'புஷ்பா' படித்தவள் என்கிற காரணத்தாலேயே, பெரும் வரதட்சணை கொடுத்துத் திருமணம் செய்து கொடுக்கவோ, நிரந்தர வேலைவாய்ப்புப் பெறவோ முடியாமல் வறுமையில் தவிக்கிறது குடும்பம். ஒரு பக்கம், காட்டு வேலைகளுக்குச் சென்று கிடைக்கும் தினக்கூலிக்காகத் தன் தாய் மங்கம்மாவும் தன் தங்கை மனோகரியும் பாடுபடுவதை எண்ணி மனம் வெம்புகிறாள், புஷ்பா.

இத்தனை நெருக்கடிகளுக்கு மத்தியில், தீப்பெட்டி ஒட்டுவதால் கிடைக்கும் கொஞ்சப் பணத்தை வைத்து, வேலை வாய்ப்புத் தேடுவதற்கான விண்ணப்பச் செலவு, தபால் செலவு, பயணச் செலவுகளுக்குப் பயன்படுத்தி வருகிறாள் புஷ்பா. இந்த நிலையில், வேலை வாய்ப்புத் தேடிப் போன இடத்தில், எதிர்பாராத விதமாகத் தன் கல்லூரி காலத் தோழி ரோஸம்மாவுடன் சந்திப்பு நிகழ்கிறது. அப்போது இருவரும் பேசிக் கொண்டிருக்கையில், பணம் கொடுத்து அரசு வேலை வாங்கிவிடலாம் என்கிற யோசனையை ரோஸம்மா சொல்கிறாள். படிப்பிற்காக வேலை கிடைக்கும் என்கிற நம்பிக்கையற்றுப் போன புஷ்பாவின் மனநிலை தடுமாறும் காட்சிகள் இடம்பெறுகின்றன. அந்தச் சூழலில் புஷ்பா, தன் குடும்ப நிலையையும் மண் மீதான பற்றையும் கடந்து, தன் கிராமத்திலேயே உரிய காலத்தில் திருமணம் ஆகாமல், குடும்பத்திற்காகப் பாடுபட்டு முதுமையடைந்துபோன ராமலச்சுமி அக்காவையும் நினைத்து மனம் துடிக்கும் காட்சிகளை வாசிக்கும் (கேட்கும்) யாருக்கும் அவளது உணர்வுகள் தொற்றிக்கொள்ளும். கி.ரா. இந்த இடத்தில் கதைக்கான நெருக்கடிச் சூழலை எந்தப் பக்கம் நகர்த்துகிறார் என்பதில்தான் 'முரண்பாடுகளின்' சாரம் அமைந்திருக்கிறது. இக்கண்ணோட்டத்துடன் நோக்குகையில்,

> "கி.ரா ஒரு விவசாயி: மாறிவரும் சமூகத்தில் விவசாயிகளின் பிரச்சனைகளைப் பற்றி, விவசாயிகளின் மொழியில் பேசுகிறார்' என்று அவரை ஒரு செப்புக்குள்" போட்டு மூடிவிடச் சிலர் முயலுகின்றனர். ஆனால் உண்மையில் 'களங்களும்' பாத்திரங்களும்தான் விவசாயச் சூழலே தவிர, அவை மூலம் அவர் படைப்பாக்கும் மனிதப் பிரச்சனை உலகம் தழுவியது; காலப் பொதுமை மிக்கது ஆகும்."
> *(க.பஞ்சாங்கம், மறுவாசிப்பில் கி.ராஜநாராயணன், ப.46)*

எனும் க.பஞ்சாங்கத்தின் கி.ரா. எழுத்துகள் குறித்த புரிதல் மிகுந்த வார்த்தைகள் மெய்யாகப்படுகிறது. ஏனெனில், புஷ்பா எடுக்கப் போகிற முடிவு, எதன் பொருட்டு அமையப்போகிறது என்கிற ஆவல் ஒரு புறம் இருக்க, வேலை வாய்ப்பற்ற சூழலுக்கு ஏன் தள்ளப்பட்டாள் என்கிற கேள்வி இங்கு எழாமலில்லை. மேலும், வேலை வாய்ப்பென்பது கல்வித் தரத்தைத் தாண்டி, வணிகப் பொருளாக எண்ணக் கூடிய சமூகப் போக்கு இருந்தமையைக் காட்டுகிறது கதையின் போக்கு. இன்றைக்கும் இம்மாதிரியான சூழல்கள் இருந்துவருவதைக் காணலாம். அதனால்தான், விவசாயப் பின்னணியில் கதைப் பின்னப்பட்டாலும், விவசாயத்தைக் காக்கவேண்டும் என்கிற பிராச்சாரத் தொனியில்லாமல், புஷ்பா என்கிற பட்டதாரியின் யதார்த்தமான வாழ்வியல் சிக்கலைப் பேசுகிறார் கி.ரா. இந்தப் புள்ளியில்தான் கி.ரா.வின் படைப்பு நுட்பமும் காலப் பொதுமையும் வெளிப்பட்டு நிற்கிறது.

பின்காலனித்துவச் சிந்தனை – அறிமுகம்

பின்காலனித்துவம் உலக அளவில் நிகழ்ந்த சமூக, அரசியல், பொருளாதாரச் சுரண்டலினால் ஏற்பட்ட பிரச்சனைப்பாடுகளின் பதிவுகளை இலக்கியப் பிரதியிலிருந்து எடுத்தியம்பும் கோட்பாட்டுத் தளம் எனலாம். கடந்த நூற்றாண்டின் இறுதியில் பெரும் வரவேற்பைப் பெற்ற இக்கோட்பாட்டுச் சிந்தனை, பண்பாட்டுக் காலனியம், அறிவுக் காலனியம் என்கிற பன்முனைப்பட்ட தளங்களில் இயங்கிவருகிறது. இதற்குத் தகுந்ததொரு வரையறையாக,

> "பின் - காலனித்துவம்' (with hyphen) என்கிற சொல் காலனித்துவ அதிகாரத்திலிருந்து ஒரு நாடு விடுதலை அடைந்த காலகட்டத்தையும், பின்காலனித்துவம்' (without hyphen) என்கிற சொல் காலனித்துவம் தொடங்கிய காலகட்டத்தில் இருந்து இன்றுவரை பண்பாட்டு ரீதியாகவும், அரசியல் ரீதியாகவும், பொருளாதார ரீதியாகவும் ஒரு காலனிய நாடு அடைந்த பாதிப்புகளைக் குறிக்கின்ற ஒன்றாகவும் விளங்குகிறது." (க.பஞ்சாங்கம், இலக்கியமும் திறனாய்வுக் கோட்பாடுகளும், ப.270)

எனும் க.பஞ்சாங்கம் அவர்களின் கூற்று அமைகிறது. இவண் கட்டுரையின் பொருண்மையானது பின்காலனித்துவ (without hyphen) நோக்கில் பேசப்படவுள்ளது.

'முரண்பாடுகள்' நாடகத்தில் வெளிப்படும் பின்காலனித்துவக் கூறுகள்

நாடகக் கதையின் போக்கில் இடம்பெறும், ரெங்கசாமி வாத்தியாரும், சுந்தரம் என்கிற ஆய்வாளரும் முக்கியமான பாத்திரங்களாவர். புஷ்பாவுக்குப் பள்ளிப் பாடம் சொல்லிக் கொடுத்து ஓய்வு பெற்ற ரெங்கசாமி வாத்தியார் அதே கிராமத்தைச் சேர்ந்தவர். சுந்தரம் சமூகப் பணி கல்லூரியில் உதவிப் பேராசிரியராகப் பணிபுரிந்துகொண்டு, ஆய்வுப் பணி மேற்கொள்ளும் வெளியூர் ஆய்வாளர். 'சுதந்திரத்திற்குப் பிறகு நம்ம கிராமங்களும் பெண்கள் நிலையும்' (ப.686) என்கிற தலைப்பில் ஆய்வு செய்வதாக ரெங்கசாமி வாத்திரியாரிடம் சொல்லி அறிமுகம் ஆகிக்கொள்கிறார் சுந்தரம். இப்படியொரு தலைப்பைக் கட்டமைப்பதிலிருந்தே கி.ரா. சமூக உரையாடலை ஆரம்பித்துவிடுகிறார். ஏனெனில், சுதந்திரத்திற்குப் பிறகு என்னென்ன மாற்றங்கள் நிகழ்ந்தன என்பதைக் கருத்தில் கொள்கிறது கதைக்களம்.

பல முன்னேற்றங்கள் வந்ததாக ரெங்கசாமி வாத்தியார் விவரிக்க உழவு மாடுகள், ட்ராக்டர் பற்றிக் கேள்வி எழுப்புகிறார் சுந்தரம். ட்ராக்டர் வரவுக்குப் பின், உழவு மாடுகளின் எண்ணிக்கைக் குறைவும், உழவு செய்யக் கூடிய பரப்பின் குறைவும் ஏற்பட்டுள்ளதைச் சுந்தரத்தின்வழி சுட்டிக் காட்டுகிறார் கி.ரா. இந்த இடத்தில் 'டிராக்டர் சாணி போடுமா?' என்கிற ஜே.சி.குமரப்பாவின் நூலையும் இணைத்துப் பார்க்கலாம். அதுபோக, 1982ஆம் ஆண்டுக் காலகட்டத்தில் சமூக வனக் காடுகள் உற்பத்தித் திட்டத்தின்கீழ், ஐந்து ஏக்கர் தரிசு நிலங்களுக்கு இலவச மரக்கன்றுகள் வழங்கும் அரசின் நலத்திட்டத்தை (ப.688:2022) எடுத்துக் காட்டும் ரெங்கசாமி வாத்தியார், அத்திட்டத்தினால் ஏமாற்றப்படுவதாகவும், ஸ்வீடன் நாட்டிலிருந்து இந்தத் திட்டத்திற்கு 45 கோடி பண உதவி கிடைத்ததாகவும் (ப.689:2022) குறிப்பிடுகிறார் கி.ரா. இது சமூக நடப்புகளைக் கேள்விக்குள்ளாக்கி, நலத்திட்டங்களின் உண்மை நிலையைத் தோலுரித்துக் காட்டுவதாக அமைகிறது. பெருமுதலாளித்துவம் இடையில் நுழைந்து அரசோடு கைக்கோர்த்து

விட்டதையும் நுட்பமான நிலையில் வெளிக் கொணர்ந்துள்ளார் என்றே சொல்லவேண்டும். இதைவிட, மேலும் நுட்பமான தளத்திற்குச் செல்லும் காட்சிகளாகப் பின்வரும் பகுதியைச் சுட்டலாம்.

"சுந்தரம்: சரி. இப்பொ, நம்ம கிராமத்துப் பெண்களுடைய நெலமை சுதந்திரத்துக்குப் பிறகு எப்படி இருக்குங்கிறதைக் கொஞ்சம் சொல்லுங்களேன்.

ரெங்கசாமி: விவசாயத்தில் ஏற்பட்டிருக்கிறது போலவே இதிலும் முரண்பாடுகள்ங்கிறது ரொம்ப இருக்கு. நிலத்தைப் பத்தி இப்பொ பேசினோம். நிலத்தையே நாம பெண்ணாகத் தான் பாக்கிறது. பூமாதேவின்னு சொல்றது. சீதேவி பிறந்ததே நிலத்துலெயிருந்துதானெ? இப்பொ இந்த நிலத்தோட விஷயமே ஆரோக்யமா இல்லாதபோது பெண்ணோட விஷயம் மட்டும் எப்பிடி ஆரோக்கியமா இருக்க முடியும்?

சுந்தரம்: நீங்க சொல்ல வர்றது... எனக்குப் புரியலையே.

ரெங்கசாமி: சொல்றேன். நிலம் சம்மந்தப்பட்ட உழைப்பிலே பெண்ணுக்கு இங்கே பெரும்பங்கு உண்டு. பெண் இல்லாமெ இங்கெ உழைப்பும் பலனும் கெடையாது. அதனாலெ பெண்ணை மணம் முடிக்க நெனைப்பவன் பெண்ணுக்குப் பரிசம் போட்டு அவள் கையெப் பிடிப்பான். ஆனா... இப்பொ லஜ்ஜை கெட்டுப்போயி, பெண்ணிட்டயே ஆண் பரிசம் கேக்கிற இழிநிலை வந்தாச்சி. பெண்ணைப் படிக்கப்போடுங்கிற காலம் மறைஞ்சி பெண்ணை படிக்கப் போடாதேங்கிற காலம் வந்தாச்சி. என்ன கேவலம்."
(கி.ராஜநாராயணன், ப.690)

இங்கு, 'முன்னேற்றம்' என்பது எதைக் கொண்டு அமைய வேண்டும்? என்கிற கேள்வி எழுப்பப்படுகிறது. பெண்ணை உயர்த்திப் பிடிக்க வேண்டும், பெண்மை போற்றப்பட வேண்டும் என்கிற போலியான பிரச்சாரம் இல்லாமல், காலனியக் காலத்திற்குப் பின் 'பெண்கல்வி' எதிர்கொண்டிருக்கின்ற சாவலையும், அரசு தரப்பில் இதற்குத் தீர்வு காண எத்தகைய முயற்சி எடுக்கப்பட்டிருக்கிறது என்கிற கேள்வியையும் எழுப்புகிறது. இந்நாடகம் ஒலிபரப்பானது 1986இல் என்பது நினைவுகூரத்தக்கது.

நாடு சுதந்திரமடைந்து 76 ஆண்டுகள் நிறைவடைந்த நிலையில் (2024 ஆண்டின் படி), பெண்களுக்கு அரசு வேலைவாய்ப்புகளில் மூன்றில் ஒரு பங்கு (33 சதவீதம்) இட ஒதுக்கீடு, ஆண் – பெண் பாகுபாடற்ற ஊதிய முறை, முதல் தலைமுறையில் பயிலும் மாணவிகளுக்குக் கல்வி உதவித் தொகை, கல்வி பயின்ற பெண்களுக்குத் திருமண ஊக்கத்தொகைகள் (மூவலூர் இராமாமிர்தம் திட்டம்) எனப் பல்வேறு நலத்திட்டங்கள் இருப்பினும் அவையாவும் 'பெண் கல்வி'யையும் பெண்களுக்கான வேலைவாய்ப்பையும் எந்த அளவிற்கு வளர்த்துள்ளன என்பதை எண்ணிப் பார்க்கவேண்டும்.

பெண்கள் திருமணம் செய்துகொள்ள இயலாத நிலை ஏற்படுவதைச் சமூகத்தில் பெரும் பிரச்சனைக்குரியதாகப் பார்ப்பதும், படித்த படிப்பிற்கேற்ற வேலைக்குச் செல்ல இயலாமல் இருப்பதையும், பெண்கள் தங்கள் வாழ்க்கைக் குறித்துச் சுயமாக முடிவெடுக்க இயலாமல் தவிக்கும் இடர்பாடுகளையும் இங்கு கணக்கிற்கொள்ள வேண்டும். பாலியல், பொருளாதாரம் சார்ந்த சுமைகளை ஏற்றி, காலனியாதிக்கத்தின் நுண்ணரசியல் செயல்படுவதைக் குடும்ப அமைப்புகளில் காணலாம். இப்பிரச்சனைக்கான தீர்வு, ஆண்கள் ஒடுக்குவது என்கிற நிலையைக் கடந்து, பெண்கள் தாங்களாகவே 'ஆணாதிக்கச் சிந்தனையிலிருந்து விடுபடல்' என்கிற நிலையில் வைத்துச் சிந்திக்க வேண்டியுள்ளது. 'புஷ்பா'விற்கும் மேற்கண்ட விசாரணைகளைப் பொருத்திப் பார்க்கவேண்டும். இனி அடுத்த நாடகத்தைப் பற்றிக் காண்போம்.

'ராஜாவீட்டுக் கல்யாணத்துக்குப் பூசணிக்காய்' நாடகம் பேசும் சமூக முரண்களும் பின்காலனித்துவக் கூறுகளும்

அதிகாரம் அதன் கரங்களை எந்த அளவிற்கு ஓங்கும் என்பதற்குத் தக்க சான்று, 'ராஜா வீட்டுக் கல்யாணத்துக்குப் பூசணிக்காய்' என்கிற சிறார் நாடகம். இதுவும் ஒரு வகையில் விவசாயப் பின்னணியைக் கொண்ட கதைக்களமாக இருந்தாலும், கி.ரா.வின் எள்ளல் மிகுந்த மொழியில் அதிகாரத்தைக் கேள்விக்குட்படுத்தும் போக்கும், அதிகாரத்திற்கெதிராகக் குரலெழுப்பும் போக்கும் வெளிப்படுவதைக் காணமுடிகிறது. பின்காலனித்துவ நோக்கில், பொருள் வளச் சுரண்டலையும் அதற்கான எதிர்ப்பையும் எளிய மொழியில் அறிந்துகொள்ள நாடகத்தின் பின்வரும் உரையாடல் பகுதியானது அமையும்.

"சேவகன்: மகாராசா உத்தரவு, இன்னும் காய் வேணுமாம்.
சம்சாரி : (தனக்குள் மெதுவாக) என்ன கொடுமையடாயிது, மடு அறுத்துப்பால் குடிக்கிறது போல.

எல்லாப் பூசணிக்காயவுங் கொடுத்துட்டா அடுத்து விதைக்க விதைக்கு என்ன செய்யடா. (பலமான குரலில்) நீ கேட்டபடிக் கேட்ட காயெல்லாங் கொடுத்தோம். இந்தக் காயெ மட்டுங் கேக்காதெ. இதெ யாரு கேட்டாலும் தரமாட்டோம். இது விதப்பூசணிக்காயாக்கும்!

சேவகன்: ஏம், இதுல என்ன தங்கம் பூசியிருக்கா?

சம்சாரி: இது எங்களுக்குத் தங்கத்தையும்விடக் கூடுதல். என்ன கொடுத்தாலும் நாங்க இதெத் தரவே மாட்டோம்.

சேவகன் : பூசணி விதைதாம் எங்கேயும் கிடைக்குமெ, வாங்கிக்கிட வேண்டியதுதானே.

சம்சாரி: ஏம். பூசணிக்காயிந்தான் எங்கேயும் கிடைக்கும் போ வாங்கிக்கிட வேண்டியதுதானே." (கி.ராஜநாராயணன், பக்.709-710)

மேற்கண்ட உரையாடல் நகைப்புக்குரிய தொனியில் எழுதப்பட்டிருந்தாலும், அதன் உள்ளார்ந்த தளத்தில், உற்பத்தியை நுகர்வதற்கும் உற்பத்தியைச் சுரண்டுவதற்கும் உள்ள வித்தியாசத்தை அறிந்துகொள்ள முடியும். எல்லாவற்றையும் பறித்துக்கொண்ட பிறகும் கடைசியாய் மிஞ்சும் ஒரு வாய்ப்பையும் தட்டிப் பறிக்கும் அதிகாரத்துவ மனநிலையை எதிர்த்துக் கேள்வி எழுப்பும் பாங்கு வெளிப்படுகிறது. ஒடுக்கப்படும் சம்சாரி, தன் பக்கத்து நியாயங்களை எதிர்ப்புக் குரலாகப் பதிவு செய்வதைக் காண முடிகிறது. இதற்கு வலுசேர்க்கும் விதமாக,

"எல்லாவற்றையும் தன் கையில் இறுக்கிவைத்துக் கொள்வது அரசு. மக்கள் சக்தி பெருக்கெடுக்கும் வகையில் வாய்க்கால்கள் பிரிக்காமல் தன் அதிகாரத்தால் அனைத்தையும் கவ்விக் கொண்டிருக்கிற ராட்சத நண்டு அது. இந்த ராட்சதத் தனத்தினால் விளைந்த வினைகள்தாம் பாவப்பட்ட விவசாயிகளின் வாதனைகளான- 'கதவு, கரண்ட், மாயமான்' கதைகளாக வந்தன." (பா.செயப்பிரகாசம், ப.62)

எனும் பா. செயப்பிரகாசத்தின் கூற்றை முன்மொழியலாம். மேற்கண்ட கூற்றில், கதவு, கரண்ட், மாயமான் என்கிற புனைகதைகள் சுட்டப்பட்டிருந்தாலும், 'முரண்பாடுகள்', 'ராஜாவீட்டுக் கல்யாணத்துக்குப் பூசணிக்காய்' நாடகங்களுக்கும் இது பொருந்தும். மேலும், சமூக வாழ்வென்பது பன்மைத்துவம் வாய்ந்ததாகவும், முன்னைய சமூகப் பண்பாட்டிற்கும் வாழ்க்கைப் போக்கிற்கும் ஊறு விளைவிக்காத, பறவைகளின் ஓசைகளிலும் பிராணிகளின் ஸ்பரிசத்திலும் எளிய மனிதர்களின் வாஞ்சையான அன்பிலும் உயிர்ப்போடு இருப்பதாகச் சித்திரிக்கிறார் கி.ரா. இத்துடன், ஆங்காங்கே 'நாட்டுப்புறப் பாடல்களை' இணைத்திருப்பது கி. ரா.வுக்கே உரித்தான தனித்துவத்தைக்காட்டுகிறது. பின்காலனித்துவச் சிந்தனையின் அடிப்படையில் மேற்சுட்டிய நாடகங்கள் எழுதப்படாவிட்டாலும், அதன் சமூக, அரசியல், பொருளாதரப் பின்புலம் அதனைப் பின்காலனித்துவப் பிரச்சனைகளை உள்ளடக்கிய பிரதியாக மாற்றியிருக்கிறது. வேறுவகையில் சொல்வதென்றால், கி.ரா பேச விழைந்தது, புஷ்பாவின் நிர்கதியான நிலையும் சம்சாரியின் வாழ்க்கைப் பாடுகளுமேயன்றி, பின்காலனித்துவப் பிரச்சனையை அல்ல. ஆனால், ஒரு படைப்பின் நுகர்ச்சி என்பது தொடக்கத்தில் குறிப்பிட்டதுபோல, சமகாலத்தன்மையுடன் இருக்கும்பட்சத்தில் அதன் அர்த்தப் பரிமாணங்கள் பன்முனைப்பட்டதாக விரிவடையும் என்கிற நம்பிக்கையில்தான் இதுகாறும் எடுத்தியம்பப்பட்டது. அவ்வகையில்,

> "அகிலம்சார் நவீனத்துவப் புனைவுகளான இயந்திரமயமாதல், ஒட்டுமொத்த மாற்றம், விஞ்ஞான காரணவாதத்தின் விடுதலை நோக்கிய நகர்வு, பொது முன்னேற்றம், அரசு மற்றும் பெரும் நிறுவனங்கள் மனிதப் பரிணாமத்தின் தேவைகள் என்ற கருத்தாக்கங்கள் போன்றவற்றை மறுத்து பன்மையான கனவும் நினைவும் கலந்த கருத்துக் கூறுகளை உடையவையாக இந்தப் பிரதிகள் உள்ளன. (பிரேம்:ரமேஷ், ப.23)

எனும் பிரேம்: ரமேஷ் ஆகியோரின் மதிப்பீட்டை உற்று நோக்கவேண்டும். கி.ரா.வின் பார்வையைப் புரிந்துகொள்ள மேற்காணும் மதிப்பீடு பயன்படும். ஆனால் இதன் மூலம், கி.ரா. தன்னைப் புதுப்பித்துக் கொள்ளவில்லை, அல்லது புதுமையை விரும்பவில்லை என்று குறைசொல்வதாகப் புரிந்துகொள்ளக் கூடாது.

புதுமை என்பது 'மனிதத்தைப் புறந்தள்ளுவதாக இருக்கக்கூடாது' என எண்ணினார் என்றே புரிந்துகொள்ள வேண்டும்.

இறுதியாக, கி.ரா.வின் நாடகப் பிரதிகள் எடுத்துரைக்கும் மொழி எளிமையானதாக இருந்தாலும், அது பேச விழைந்த பொருண்மை கனதியானது என்பதை அறிந்துகொள்ளலாம். கூடுதலாக, முன்னேற்றம் என்பது எதைச் சார்ந்ததாக அமைய வேண்டும் என்பதில் கி.ரா. கொண்டிருக்கின்ற நிலைப்பாட்டை உய்த்துணர முடியும். நவீன நாடகங்களின் பின்புலத்தில் நோக்கும்போது, கி.ரா. தன் நாடகப் பிரதியில் கையாண்டிருக்கின்ற உத்திமுறைகளின் அவசியத்தையும் நீட்சியையும் புதிய உத்திகளின் தேவையையும் உணர்ந்துகொள்ள முடியும். அதாவது, நவீன நாடகத்திற்கும் கி.ரா.வின் நாடகத்திற்குமுள்ள வித்தியாசத்தை அறிந்துகொள்ள முடியும். கி.ரா. நாடகத்திற்குள் வெளிப்படும் சமூக, அரசியல், பொருளாதாரம் உள்ளிட்ட பின்காலனித்துவக் கூறுகளைக் கடந்து, ஒடுக்கப்படுவோர் சார்புநிலைப்பட்ட கதைப் போக்கைக் கைக்கொள்வதும் இக்கட்டுரையின் மூலம் புலனாகிறது.

துணை செய்தவை

1. செயப்பிரகாசம்.பா., எழுத்தில் மட்டுமல்ல முன்னத்தி ஏர், 2017, நூல்வனம், ராமாபுரம், சென்னை-89.
2. பஞ்சாங்கம்.க., இலக்கியமும் திறனாய்வுக் கோட்பாடுகளும், 2016, அன்னம், தஞ்சாவூர்-7.
3. பஞ்சாங்கம்.க., மறுவாசிப்பில் கி.ராஜநாராயணன், 1996, அன்னம் (பி) லிட், சிவன் கோயில் தெற்குத் தெரு, சிவகங்கை.
4. பிரேம்:ரமேஷ், கி.ராஜநாராயணன் எழுத்துலகம், 2000, கலைஞன் பதிப்பகம், தி.நகர், சென்னை-17.
5. ராஜநாராயணன்.கி., கி.ரா.நூற்றாண்டு சிறப்பு வெளியீடு (தொகுதி இரண்டு), 2022, அன்னம், தஞ்சாவூர்-7.

- மதுரை மன்னர் திருமலை நாயக்கர் கல்லூரி நடத்திய 'கி.ரா. படைப்புலகம்' பொருண்மையிலான பன்னாட்டுக் கருத்தரங்கிற்காக 24.08.2023 அன்று வழங்கப்பெற்ற கட்டுரை.

தன்னுறு வேட்கை கிழவன்முன்
கிளத்தல் கிழத்திக்கு உண்டு :

அ.வெண்ணிலாவின் 'இந்திர நீலம்' வெளிப்படுத்தும் பெண்மொழி

தமிழ் இலக்கியச் சூழலில் பெண்ணியம் குறித்த சிந்தனை மேலைத் திறனாய்வுச் சூழலிலிருந்து கடந்த நூற்றாண்டில் அறிமுகமாகியது எனலாம். இதில், ஆண்மொழி x பெண்மொழி குறித்த உரையாடலும் ஒரு தனிக் கூறாகும். இத்தகைய ஆண்மொழி x பெண்மொழி குறித்த பார்வைகளுக்குக் களம் அமைத்திடும் வகையிலான படைப்பாக்கங்களை அளிக்கும் படைப்பாளிகளும் சமீப காலத்தில் வெகுவாகப் பெருகி வருகின்றனர். எனினும், தமிழ்ச் சூழலில் பெண்மொழி குறித்த பார்வை வெளிப்பட்டுக் கவிதைத் தளத்தில் சுகிர்தராணி, குட்டிரேவதி, மாலதி மைத்ரி, லீனா மணிமேகலை போன்ற எண்ணற்ற கவிஞர்களால் முன்னெடுக்கப் பட்ட அளவிற்கு, புனைகதைப் பரப்பில் பெருமளவிற்கு முன்னெடுக்கப்பட வில்லையோ என எண்ணத் தோன்றுகிறது. எனினும், பெண்ணியச் சிந்தனையின் பிற கூறுகளோடு புனைகதைகளைப் படைத்தளித்து வரும் அம்பை, திலகவதி, உமா மகேஸ்வரி, சு.தமிழ்ச்செல்வி, பாமா, சிவகாமி போன்றோர் இருக்கின்றனர் என்பதையும் இங்குக் கருத்தில் கொள்ளவேண்டும். எனினும் இத்தகைய போதாமைக்குக் காரணம், கவிதையில் வெளிப்படும் பெண்மொழியின் வீச்சினை, புனைகதைத் தளத்தில் எட்ட வாய்ப்பமைவதில்லையோ எனவும் எண்ணத் தோன்றுகிறது.

இதன் மூலம், பெண்மொழியைக் கைக்கொண்டுள்ள பெண்ணியக் கவிஞர்களைக் காட்டிலும் பெண்ணியப் புனைகதையாளர்கள் அரிது என்கிற முன்முடிவிற்குத் தள்ளுகிறது. இந்த ஒப்பீடு, பெண்ணியப் புனைகதையாளர்களைக் குறை சொல்ல அன்று. புனைகதைகளில் இன்னும் அதிகமாகவும் வீரியமாகவும் பெண்மொழி பேசப்பட வேண்டியதின் அவசியத்தை வலியுறுத்தவே என்பதைப் அறிந்து கொள்ளவேண்டும். இந்த இடத்தில், பெண்ணியத்தின் வீச்சுக்குப் பெண்மொழியின் பங்கு என்ன என்பதைக் கேட்டுக் கொள்ள வேண்டியுள்ளது. இதற்கு விடைகாணும் வகையில், 2020இல் அகநி வெளியீடு மூலம் வெளியான அ.வெண்ணிலாவின் (அடிப்படையில் இவரும் ஒரு பெண் கவிஞர்) 'இந்திர நீலம்' எனும் சிறுகதைத் தொகுப்பின்வழி பெண்மொழி நிகழ்த்தும் உரையாடலின் வீச்சையும் பாங்கையும் இனங்காண விழைகிறது இக்கட்டுரை.

பெண்மொழி - பொருள் புலப்பாடு

மொழி என்பது இலக்கிய, இலக்கண, வழக்குக் கூறுகளைக் கொண்டியங்கும் சட்டகம் என்பதை அறிவோம். ஆனால், பெண்ணியம் முன்வைக்கும் விவாதக் கூறுகளுள் ஆண்மொழி x பெண்மொழி என்கிற கருத்தாடல் மொழியின் தன்மைப் பற்றிய சிந்தனைகளுள் வேறுபட்டது. அப்படியானால், இதுவரை இருந்த மொழியின் தன்மை யாது? ஆண்மொழி, பெண்மொழி என்கிற பாகுபாட்டை எப்படி வரையறுத்துக் கொள்வது? பால் சார்பிலான மொழியமைப்பு உண்டா? தமிழ் மொழிக்குள் எப்படி இதைப் பொருத்திக் காண்பது? ஆண்மொழியும் பெண்மொழியும் ஒத்திசைவானதா? முரண்பட்டதா? என்கிற கேள்விகள் எழக்கூடும். பெண்மொழி என்பது எவ்வாறு அமையக்கூடும் என்பதற்கு முனைவர் பா.செல்வக்குமார் அளிக்கும் விளக்கம் பொருத்தமாக இருக்கும்:

> "பெண்ணிய அணுகுமுறைகளில், பெண்களின் படைப்பு மொழி எவ்வாறு இருக்க வேண்டும் என்பதும் முக்கியத்துவப்படுகிறது. இதுவரையில் கட்டமைக்கப்பட்ட ஆண் உலகில் இருந்து வெளியே வருவது, ஆண்

கற்பிதங்களைத் தலைகீழாக்குவது, மதிப்பீடுகளை உடைப்பது, தங்களுக்கான உலகை உருவாக்குவது என்ற வகையில் பெண்மொழி பேசப்பட்டது." (முனைவர் பா. செல்வக்குமார், இலக்கியத்தில் பெண்ணியம் – தலித் பெண்ணியம், ப.81)

பெண்மொழியின் அடிப்படையான தன்மைகளை மேற்கண்ட பகுதியின்வழி அறிந்துணரலாம். மேலும், இப்படியான நோக்கங்களைக்கொண்டு படைப்புக்குள் பெண்மொழியிலான கருத்தாடல்களை எப்படிச் சாத்தியப்படுத்துவது? யார் சாத்தியப்படுத்துவது? (பெண் படைப்பாளிகளா? ஆண் படைப்பாளிகளா? இருவரும் இணைந்தா?) நடைமுறை வாழ்க்கையில் மேற்கண்ட நோக்கங்களை நிறைவேற்றிட இயலுமா? அல்லது வெறுமனே படைப்புக்குள் மட்டும் புரட்சியைப் பேசுகிற அளவில் இது நிற்கக் கூடுமா? காலம் காலமாக இருந்துவந்த பெண் ஒடுக்குமுறைகளுக்கு எதிராக, இம்மாதிரியான தடலாடியான முன்மொழிவுகள் நிலைப்பேறடைதல் சாத்தியம்தானா? ஆண் கற்பிதங்களைத் தலைகீழாக்குவதை, எவ்வாறு நிகழ்த்துவது? என்கிற கேள்விகளுக்குள் தொடர்ந்து செல்லவேண்டியுள்ளது. இதற்கு,

"பெண்மொழி கலகமா? விவாதமா? என்ற கேள்விக்கு, பொதுவாகப் பெண்மொழி, ஆண் கவர்ச்சிக்குரிய பெண் உறுப்புகளை அழகியல் சார்ந்ததாகப் பார்ப்பதைத் தவிர்க்கிறது. காதல் x காமம் சார்ந்த எதிர்வுச் சிந்தனையை மையப்படுத்துகிறது; அரசியலாக்குகிறது. கணவன் x மனைவி இடையே நிலவும் ஆதிக்கத்தைத் தகர்க்கிறது. அதிகாரம் பெண் உடலை மையம் கொண்டது என்ற ஆணின் புரிதலைத் தவிர்த்துப் பெண் தன்னுடல் மீதான வேட்கையைத் தானே அதிகாரத்தின் மையமாக்கும் தொனியைக் கலகமாக்குகிறது." (முனைவர் பா. செல்வக்குமார், இலக்கியத்தில் பெண்ணியம் – தலித் பெண்ணியம், ப.84)

எனும் பா. செல்வக்குமாரின் பதிவு விடையளிக்கிறது. எனினும் இம்மாதிரியான வரையறைகளை வைத்துக்கெண்டு, உணர்ச்சிகரமான முடிவுகளை எடுப்பதில் உள்ள சிக்கல்களைக் கருத்திற்கொள்ளும் பேரா. க.பஞ்சாங்கம் பின்வரும் விழிப்பூட்டலைத் தருகிறார்:

> “வரையறைப்படுத்துவதும் கோட்பாட்டுமயப்படுத்துவதும் அதிகாரத்தைக் கட்டமைக்கும் அரசியலை நிகழ்த்திக் காட்டிய ஆண்கள் உருவாக்கிய மரபாகும். பெண்ணியம் அப்படி அதிகாரத்தைக் கட்டமைக்க முயல்கிற ஒன்றல்ல. எனவே வரையறைப்படுத்துவதைப் பெண்ணியலார் விரும்புவதில்லை. ஆனாலும் பல்வேறு கோணத்தில் வரையறுக்கப் பட்டுப் பல்வேறு வகைகள் மனிதர்களின் இயல்பிற்கேற்ப உருவாகத்தான் செய்கின்றன.” (முனைவர் க.பஞ்சாங்கம், இலக்கியமும் திறனாய்வுக் கோட்பாடுகளும், ப.224)

என்கிறார். இதன் மூலம், பெண்ணியச் சிந்தனை என்பது ஒரு வட்டத்திற்குள் சிக்கிக்கொள்ளாமல், பெண் ஒடுக்குதலில் இருந்து விடுபடும் பலவகையான சிந்தனைகளுக்கு இடம் கொடுக்கும் என்பது தெளிவாகிறது. அவ்வகையில், வெறுமனே கோட்பாட்டுமயப்பட்டு இயங்கும் பெண்ணியச் சிந்தனைகளைவிட, பன்னெடுங்காலமாக மௌனித்துப் போயிருந்த பெண்மாந்தர்களின் குரல்களை, அவர்கள் தரப்பு வாதங்களை, பெண்மொழியினுடைய ஆசுவாசத் தேடல்களை, அ.வெண்ணிலா தமது ‘இந்திர நீலம்’ எனும் படைப்பின்வழி எவ்வாறு கிளர்ந்தெழச் செய்திருக்கிறார் என்பதை இனிக் காணலாம்.

இந்திர நீலம் – உள்ளடக்கப் பொருண்மை

தமிழிலக்கியப் பரப்பில் ‘என் மனசை உன் தூரிகை தொட்டு’ (1998) எனும் கவிதை நூலின்வழி அறியப்பட்ட அ.வெண்ணிலா, ‘பெண் எழுதும் காலம்’ (2007) எனும் கட்டுரைத் தொகுப்பு, ‘மீதமிருக்கும் சொற்கள்’ (2015) எனும் பெண்ணியப் படைப்புகளின் தொகுப்புப் போன்ற பல்வேறு நூல்களின் வழி பெண்ணியப் படைப்பாளிகளுள் தவிர்க்க இயலாத இடம் பிடித்தவர். ‘தேவரடியார்: கலையே வாழ்வாக’ (தஞ்சைத் தமிழ்ப் பல்கலைக்கழகம், 2018) என்பது அவரின் முனைவர் பட்ட ஆய்வேட்டின் நூல்வடிவம் என்பதையும் இங்குக் குறிப்பிட்டாக வேண்டும். இப்படியாகத் தொடர்ந்து, தன் படைப்புகளையும் சிந்தனைகளையும் பெண்ணியப் பரப்பில் நிலைநிறுத்தி வரும் அ.வெண்ணிலாவின் பெண்ணியச் செயல்பாடுகளின் மற்றோர்

அடையாளமாக, 'இந்திர நீலம்' (2020) எனும் சிறுகதைத் தொகுப்பைக் காணமுடிகிறது.

ஆண்டாள் (இந்திர நீலம்), கண்ணகி (சிலம்பின் ரகசியம்), மணிமேகலை (அட்சயப் பாத்திரத்தின் பசி), காரைக்காலம்மையார் (என்புதோல் உயிர்) உள்ளிட்ட தமிழ் இலக்கியப் பரப்பில் காணப்படும் பெண்களையும், திரௌபதி (தர்மத்தின் ஆகுதி), பிருந்தாவனத்தில் வாழும் பெண்கள் (கண்ணனிடமிருந்து வெளியேறாத கோபியர்கள்) எனும் புராணக் கதைகளின் வழி அறியப்படும் பெண்களையும், நக்கன் (நித்ய சுமங்கலி) எனும் சமயப் பண்பாட்டில் தேவரடியார் வழிவந்த பெண்ணையும், யேசுவிடம் உரையாடும் தாசியையும் (விலக்கப்பட்ட கனி) மையப்படுத்தி மொத்தம் எட்டுச் சிறுகதைகள் 'இந்திர நீலம்' எனும் சிறுகதைத் தொகுப்பில் இடம்பெற்றுள்ளன. மேலே அடைப்புக் குறிக்குள் தரப்பட்டவை, இந்திர நீலத்தில் அ.வெண்ணிலா தந்துள்ள சிறுகதைகளின் தலைப்புகளாகும். பழங்காலந்தொட்டு ஆண் வர்க்கத்தினால் வஞ்சிக்கப்பட்ட பழம்பெண் மாந்தர்களின் துயரங்கள் நிரம்பிய வாழ்வியலை, நேசத்தைக் கோரும் களங்கமற்ற எதிர்பார்ப்புகளை, கடைசிவரை நடந்தேறாத ஏமாற்றங்களை, சொல்லாமல் அமுங்கிப்போன வலிகளை, நியாயத்தின் அடிநாதத்தை உலுக்கும் கேள்விகளை, தொண்டைக்குழி வரை வந்த வார்த்தைகளை, அவர்களின் மொழியாகவே புனைகதைகளாக்கி யிருப்பது அ.வெண்ணிலாவின் இந்தத் தொகுப்பின் தனிச் சிறப்பு.

எழுத்தில் கிளர்ந்தெழும் பெண்மொழி

'இந்திர நீலம்' எனும் தலைப்பிட்ட சிறுகதையில் ஆண்டாளின் காமவேட்கையை, பாமா – கண்ணா எனும் இணையர் கதைமாந்தர்கள் வாழ்வின்வழி மறுஉற்பத்திச் செய்திருக்கிறார் அ.வெண்ணிலா. பாமாவுக்குள் ஊடாடும் காமவேட்கையைக் கண்ணாவிற்கு எப்படித் தெரிவிப்பது என்கிற புள்ளியில் கதை சுழன்று விரிகிறது. யாழினி, ஆதி என்கிற இரு பிள்ளைகளைப் பெற்ற பிறகும், தாமாக முன்வந்து கண்ணாவுடன் இணைய ஏற்படும் மனத்தடையை எதிர்கொள்ள முடியாமல் தவிக்கும் சமகால வாழ்வியலின் ஒரு பெண் பிரதிநிதியாகத் தெரிகிறாள்

பாமா. தன்னுறு வேட்கையைக் கிழவன் முன் கிளத்தலாகாத மரபின் வழிவந்த பாமாவுக்குக் கண்ணாவிடம் தன் உணர்வுகளை எப்படிக் கடத்துவது என்கிற சிக்கல் நேரும்போது, வாய்த்திறந்து சொற்களாக வெளிப்படுத்தினால் ஏற்படும் விளைவுகளை பாமா எண்ணுவதாகப் புனைந்துரைக்கிறார் அ.வெண்ணிலா.

> "உடம்பு பசியாக இருக்கிறது என்றால் அதன் பொருள் என்ன? சுற்றி இருப்பவர்கள் என்ன சொல்வார்கள்? எனக்கென்ன பெயர் வைப்பார்கள்? உடம்பு கொழுப்பெடுத்தவள் என்பார்களோ? பிறர் சொல்வது இருக்கட்டும். கண்ணா என்ன சொல்வான்? நான் குடும்பத்திற்கு லாயக்கில்லை என்று தள்ளி வைப்பானோ? உன்னுடன் இருந்தால் பிள்ளைகளும் கெட்டுப்போவார்கள் என்று என்னைப் பிரித்துவிடுவானோ" *(அ.வெண்ணிலா, இந்திரநீலம், ப.64)*

இது பாமாவுக்குள் மட்டும் இருக்கும் மனப்போராட்டமல்ல. பாமாவைப் போன்ற எண்ணிலடங்காப் பெண்களின் மனக்குரல். காலங்காலமாக இறுகிப்போன குடும்பப் பெண்ணின் மனவுணர்வுகளை விவரிக்கும்போது எப்படியான சமூகத்தில் பெண்கள் வாழ்கிறார்கள் என்பதை எண்ணிப் பார்க்கச் செய்கிறது மேற்கண்ட பகுதி. ஆனால், அதே பாமா, தான் வேண்டிய கண்ணா உடனான உடலுறவுக்குப் பின் உண்டாகும் மனவுணர்வுகளை,

> "போருக்கு முரசறிவித்து, தயாரான படைகளைக் களைந்து செல்லச் சொல்வது போல் மனம் குன்றியது. அம்மனுக்குத் திருநீராட்டு செய்ய அபிஷேகப் பொருள்கள் தயார் செய்துவிட்டு, திருநீராட்டு செய்யாமல், கற்பூர ஆரத்தி மட்டும் காட்டியதுபோல் வெறுமை" *(மேலது, ப. 70)*

என்று பூடகமாகத் தனக்கு ஏற்பட்ட ஏமாற்றத்தைச் சித்திரிப்பதாக அமைகிறது. தனக்குள் ஏற்பட்ட காமவேட்கை நிறைவடையாமலேயே கண்ணாவின் அவசரத்தால் முடிக்கப்பட்டு விடுவதைக் கூறும் அ.வெண்ணிலாவின் புனைவுநெறி, காலம் காலமாகப் பெண்கள் எதிர்கொண்டு வரும் ஆண்வய விழைவுகளைத் தோலுரித்துக் காட்டுகிறது. இச்சிறுகதை ஒரு வகையில், ஆணை

முன்னிலைப்படுத்தும் சித்திரிப்பைக் கைக்கொண்டாலும், கண்ணாவைப் போன்ற பாத்திரங்கள் சமூகத்தில் இருக்கின்றனர் என்பதையும் புலப்படுத்திவிடுகிறது.

"கண்ணா இரு, இரு" என்றேன். அதற்குள் பாதி கடந்திருந்தான்." (மேலது. ப.70)

என வரும் ஒற்றை வரியின் மூலம், இவ்வளவு வெளிப்படையாக ஆண்வயப்பட்ட சமூகத்திற்குள் ஆணின் விருப்பத்திற்காகவே பெண்கள் இணங்க வேண்டியுள்ளதைப் பதிவு செய்கிறார் அ.வெண்ணிலா. இதில் பெண்மொழியின் இடம் எங்கு? என எண்ண வேண்டியுள்ளது. இத்தனை வெளிப்படையாக, பாமா பாத்திரத்தின் வழி, பெண்களுக்கு நேரிடும் நிராசைகளைப் பதிவு செய்கிற இடத்திலேயே பெண்ணின் மொழி வெளிப்பட்டுவிடுகிறது. தன் உயவுநோயைத் தீர்க்க இயலாத நவீன ஆண்டாளாகப் பாமா சித்திரிக்கப்படுகிறாள். மேலும், இந்த ஒரு சிறுகதையில் மட்டும் இன்றைய நவீன வாழ்க்கையில் வரும் பாத்திரங்களாகப் பாமா (ஆண்டாள்) - கண்ணா ஆகியோர் படைக்கப்பட்டிருப்பது குறிப்பிடத்தக்கது. எஞ்சியவை நேரடியாக அந்தந்தக் காலவெளியில் அந்தந்தப் பாத்திரங்களாகவே படைக்கப்பட்டிருக்கின்றன என்பதையும் பதிவு செய்தாக வேண்டும். இனி அவற்றைப் பற்றிக் காண்போம்.

மதிப்பீடுகளைக் கேள்விக்குட்படுத்தும் பெண்மொழி

'தர்மத்தின் ஆகுதி' எனும் தலைப்பிட்ட சிறுகதையில் கற்புநெறி, ஒழுக்கம் என்கிற சமூக மதிப்பீடுகள் வழி, பெண்களைப் பாதுகாக்கும் சமூகம், தன்னுடைய ஒப்புதல் இல்லாமல் ஐவருக்கு மனைவியாக்கப்படும்போது எவ்விதக் கண்டனமோ, எதிர்ப்போ எழுப்பாத சமூகத்தை நோக்கி, முன்வைக்கப்படும் கேள்விகளாக எதிர்வரும் கதைப்பகுதியைக் காணலாம்:

"ஒரு பெண் ஐந்து கணவர்களுக்கும் எப்படி மனைவியாக இருக்க முடியும்? அவள் பத்தினி என்று தர்மநெறியில் அழைக்கப்படுவாளா? சிந்தை உணராமல் உச்சரிக்கப்பட்ட ஒரு சொல்லால் வாழ்நாள் முழுக்க நான் அனுபவிக்கும் தண்டனையை இந்த அஸ்தினாபுரத்தில் அறிந்துகொண்டவர்கள் இருக்கிறார்களா?" (மேலது, ப. 71)

இது திரௌபதியின் புலம்பல் மொழி அல்ல. மதிப்பீடுகள் என்பவை யாருக்கானது? எனும் கேள்வியை எழச்செய்யும் கலகமொழி. அதன் விளைவு என்னவென்பதையும் அ.வெண்ணிலா, திரௌபதியின் கூற்றாக வெளிப்படுத்துகிறார்:

> "என்னுடல் கடமைகளால் மெருகேற்றப்பட்டு, உணர்ச்சிகளால் தணிக்கப்படாத கொடும் பாலை." (மேலது, ப.90)

இத்தனை நேர்த்தியாகத் தன்னுடைய மனவலியைக் கடத்தும் கலகமொழி, புராணக் காலத்து திரௌபதிக்கு வாய்த்திருக்க வாய்ப்பில்லை. ஆனால், அ.வெண்ணிலாவுடைய படைப்பு மொழியின் மகத்துவம் இந்த மாதிரியான சமூக மதிப்பீடுகளைக் கேள்விக்கு உட்படுத்துவதில்தான் வெளிப்பட்டு நிற்கிறது.

காதல் x காமம் என்கிற எதிர்நிலைகள்

பெண்மொழியின் வீரியம் வெறுமனே காதல் x காமம் என்கிற ஆண்வழிப்பட்ட சிந்தனையைக் கோடிட்டுக் காட்டுவதோடு நிற்பதில்லை. இவ்வெதிர்நிலைகளில் மறைந்திருக்கும் ஆண் வர்க்கத்தின் மோகப்பொருளாகப் பெண்கள் நடத்தப்பட்டிருப்பதை இனங்காண்பது; அவ்வாறான ஒடுக்குதலுக்கு, சுரண்டலுக்கு ஆளாக்கும் ஆண்வழிப்பட்ட சிந்தனைகளைக் கேள்விக்குட் படுத்துவது; அதனுள் அடர்ந்து கிடக்கும் ஆண்வழிப்பட்ட அதிகாரத்துவச் சிந்தனையின் கட்டுகளைத் தகர்ப்பது போன்ற பல்வேறு நடவடிக்கைகளை எடுக்குமளவிற்குப் பெண்மொழி அமைய வேண்டியுள்ளது. இதற்கு 'கண்ணனிடமிருந்து வெளியேறாத கோபியர்கள்' எனும் சிறுகதையில் வரும்,

> "காதலையும் காமத்தையும் எங்களிடையே விளையாட்டாக்கி விட்டு, எங்களில் யாருக்குமே அகப்படாமல் நழுவிவிடுவது ஏன்? நாங்கள் வெறும் விளையாட்டு பொம்மைகளா உனக்கு? நீ விளையாட ஒட்டுமொத்த பிரபஞ்சமே உன் கைவசம் இருக்க, பெண்களான எங்களிடம் ஏன் உன் விளையாட்டை நிகழ்த்துகிறாய்?" (மேலது, ப.133)

எனும் அ.வெண்ணிலாவின் சித்திரிப்பு இங்கு மிகப் பொருத்தமாக அமைகிறது. துவாபர யுகத்துப் பெண்களாகச் சுட்டப்படும்

கோவர்த்தனகிரியின் கோபியர்கள், கண்ணனின் மீது கொண்டிருக்கும் உறவுக்கும் (காதல்) கண்ணன் கோபியர்கள் மீது கொண்டிருக்கும் உறவுக்கும் (காமம்) இடையேயுள்ள இடைவெளிகளைத் தம் கேள்விகளால் வெளிச்சமிட்டுக் காட்டுகிறார் அ.வெண்ணிலா. இத்தனை எளிய மொழியில் பன்னெடுங்காலமாக இருந்து வரும் ஆண்வழிப்பட்ட சிந்தனை மரபில் மிகப்பெரிய கீறலை ஏற்படுத்துகிறது இந்தப் பெண்மொழி.

கணவன் x மனைவி : எதிரெதிர் அவாவும் உறவு நிலை

தமிழ் மரபில் தன்னுறு வேட்கையைக் கிளவாத பெண்களே அறியப்பட்டிருக்கும் சூழலில், உயர்ந்தோர் ஏத்தும் உரைசால் பத்தினியான கண்ணகியின் உணர்வுகளைக் கற்புக்கு இலக்கணமாக அமைத்தது, தமிழ்ச் சமூகம் கண்ணகிக்கு இழைத்த பெருந்துயரப் பரிசு எனலாம். கண்ணகியைக் கற்புக் கடவுளாகக் கருதும் இத்தமிழ்ச் சமூகம், கண்ணகியை மானிடப் பெண்ணாகக் கருதத் தவறிவிட்டதோ என எண்ணத் தோன்றுகிறது. இவ்வளவு தூரம் இது ஆமோதிக்கப்பட காரணம், 'கற்பு' எனும் கற்பிதச் சூழலுள் மாட்டிவிடப்பட்டு, கோவலனுக்காக நீதிகேட்டு, கோவலனுக்காகவே தன் வாழ்நாளைத் தீர்த்துக்கொண்டு, கோவலனின் கண்ணகியாகவே இளங்கோவடிகளும் கண்டிருக்கிறார் என்பதுதான். ஆனால், இளங்கோவடிகளுக்குப் பின், ஏறத்தாழ 18 நூற்றாண்டுகள் கடந்து, அ.வெண்ணிலாவின் கண்களுக்குக் கண்ணகி ஒரு மானிடப் பெண்ணாக, இன்னும் சொல்லப்போனால், கண்ணகி கண்ணகியாகத் தெரிகிறாள். அதற்கு அரண்செய்யும் வரிகள்தான் பின்வருபவை:

> "நேற்றுத் தாங்கள் திரும்பி வந்தவேளையில் இருந்து, என் மனம் உங்களுக்காக உருகுவதோடு, என் உள்ளமும் உடலும் தவித்து ஏங்குகிறது. இல்லற தெய்வங்களைப் பூஜிப்பதுபோல், காமவேளைக் கொண்டாட வேண்டும் தினந்தினம்." (மேலது, ப.119)

அ.வெண்ணிலாவின் இந்த எழுத்துகள் அடிப்படையில் புனைவு என்பதாகக் கொண்டாலும், இப்படிப் புனைவதற்கும் அடிநாதமாக விளங்குவது கண்ணகி என்னும் மானிடப் பெண்ணின் ஏக்கங்கள்; தவிப்புகள்; மன உணர்வுகள் என்பதில் ஐயமில்லை.

இளங்கோவடிகளின் கண்ணகி இத்தனை வெளிப்படையோடு கோவலனிடம் பேசியிருக்க வாய்ப்புமில்லை. அப்படி இளங்கோவடிகள் படைத்தளிக்க வேண்டிய தேவையுமில்லை. இந்த இடத்தில்தான் பெண்மொழியின் அவசியம் உணரப்பட வேண்டியிருக்கிறது. இளங்கோவடிகளின் கண்ணகி ஏன் பேசவில்லை எனக் கேட்பது, இளங்கோவடிகளைத் தாக்குவதற்கன்று. அந்தக் காலகட்டத்தின் கண்ணகி, அறவோருக்கும் துறவோருக்கும் விருந்திட முடியவில்லை என்கிற வருத்தத்தோடு மட்டுமே நின்றுவிட வேண்டியவளாகிறாள். ஆனால், கண்ணகியின் மனவுணர்வுகள் அங்கு எதிரெதிர் அவாவும் நிலைக்கு எட்டுவதற்கு முன்பாகவே கோவலனை இழக்க நேரிடுவதாகப் புனையப்பட்டிருப்பதால், அங்குக் கண்ணகியின் குரல் மௌனித்து விடுகிறது. ஆனால், அ.வெண்ணிலாவின் கண்ணகிக்கு இத்தகைய நிர்பந்தம் ஏற்படவில்லை. மரபை மீறும் கலகக் குரலாக அ.வெண்ணிலாவின் கண்ணகி தென்படுகிறாள்.

இந்த மரபின் நீட்சியாக வரும், புனிதவதியாராகிய காரைக்காலம்மையாரின் உணர்வுகளை அ.வெண்ணிலா 'என்புதோல் உயிர்' என்கிற கதையின் வாயிலாகப் புனைவாக்கியிருக்கிறார். பரமதத்தானால் துய்க்கப்படாது தம் இளமை வீணாவதையும், பரமதத்தனுக்குப் புனிதவதியின் மேலிட்ட தெய்வீக அச்சத்திற்கு, தன் வாழ்க்கையும் தனக்குள் இருந்த தூய அன்பும் இரையாகிவிட்டதை உணர்ந்ததும், உடைந்துபோய் 'என்புதோல் வடிவமெடுக்கும்' (பேய்) சூழலை விவரிக்கிறார் அ.வெண்ணிலா. இவ்விடத்தில், காலங்காலமாக இருந்துவந்த விருந்தோம்பல் கடமையினில் ஏற்படும் பண்பாட்டு உரசலையும், (மாற்றம் எனவும் கருதலாம்) அதனால் சந்திக்கும் நெருக்கடிகளையும் தமிழ்ச் சமூகம் அறிந்தகொள்ள காரைக்காலம்மையார் பாத்திரம் தக்க சான்றாகிறது. மேலும், இப்படி நேர்ந்ததற்குப் பின்னணியில் என்ன மாதிரியான விளைவுகள் நேரிட்டிருக்கும் என்பது பற்றி, சிலம்பு நா.செல்வராசு,

> "கணவனைவிடவும் கடவுள் உயர்ந்தவராகக் கருதப்பட்ட சமூக அமைப்பில் வாழ்ந்த காரைக்கால் அம்மையாரின் விருந்தோம்பல் நெறி... கணவனுக்குப் பின்னர் ஒரு பெண்ணிற்கு வாழ்க்கையே இல்லை என்ற நிலைமாறிச் சமய

அடியார் வாழ்க்கை தோற்றம் கொள்கிறது. இதனால் பெண்கள் கணவன் இறப்பிற்குப் பின்பு உயிர் துறக்க வேண்டியது இல்லாமல் போயிற்று. கடுமையான கைம்மை நோன்பும் இல்லாமல் போயிற்று." (சிலம்பு. நா. செல்வராசு, காரைக்கால் அம்மையார் தொன்மம், ப.69)

என்கிற ஆய்வுப் பார்வையை முன் வைக்கிறார். (மேற்சுட்டிய மேற்கோள் மட்டும் பொருள் இயைபிற்காக, மூலப்பிரதியிலிருந்து வரிகள் இடம் மாற்றி இயைத்துத் தரப்பட்டுள்ளது.) ஆக, காரைக்காலம்மையார் பாத்திரமென்பது ஒரு பண்பாட்டுத் தொடர்ச்சியில் ஏற்பட்ட பெண் வாழ்வியலின் மாற்றுக்குரல் என்பதாகவே கண்டுகொள்ள முடிகிறது.

இம்மாதிரியான மாற்றுக் கண்ணோட்டங்களுடன், துறவுக்கோலம் கொண்ட மணிமேகலையின் காதல் ததும்பும் நெஞ்சத்தையும், கற்சிறப்பத்திற்கு வாக்கப்பட்டுத் தன் மணவாளனாக எண்ணி எண்ணியே வாழ்க்கையைத் தீர்த்துக்கொண்ட 'நக்கன்' என்கிற தாசியின் பேராவலையும், யேசுவிடம் நியாயத்தைக் கோரும் தாசியின் குரலையும் அ.வெண்ணிலாவின் 'இந்திர நீல'த்தில் காணலாம்.

இறுதியாக, பெண்மொழி என்பது சமூகப் போக்கில் பெரும் உடைப்பை ஏற்படுத்துமளவிற்கு வலிமை வாய்ந்தது என்பதற்கு அ.வெண்ணிலாவின் 'இந்திர நீலம்' சிறுகதைத் தொகுப்பு ஒரு சான்று. புனைகதைகளுக்குள் பெண்ணிய வெளியை விரித்து, சமூகக் கட்டுக்களை உடைக்க எழும்பும் இம்மாதிரியான கலகக்குரல் சாத்தியப்பட்டிருப்பது, தமிழ்ச் சமூகத்திற்கு மேலுமொரு வாயிலைத் திறந்து வைக்கும் என்பதில் எவ்வித ஐயமுமில்லை. பெண்ணின் 'கற்பு நெறி'யைப் பேணுவதற்குச் சொல்லப்பட்ட தொல்காப்பியரின் வரன்முறை வாசகத்தைப் புறந்தள்ளி 'தன்னுறு வேட்கையைக் கிழவன்முன் கிளத்தல் கிழத்திக்கு உண்டு' என்பது போல ஒரு பண்பாட்டு உடைப்பையும் நிகழ்த்திக் காட்டியிருக்கிறார். மேலும், கவிதைத் தளத்தில் நேரடியாகப் புழங்கும் பெண்ணுடல் சார்ந்த பெயர்கள், குறியீடுகள் யாவும் புனைகதைத் தளத்தில் காட்சிப்படுத்தல் தளத்தில் விரிகிறது என்பதையும் இத்தொகுப்பின் வாயிலாக அறிந்துகொள்ள முடிகிறது. தொடக்கத்தில் குறிப்பிட்டது போல, பெண்கவிஞர்களால் ஏற்பட்ட பெண்மொழியின் வீச்சுப்

பெரிதும் அறியப்பட்டது என்கிற பார்வையை, அ.வெண்ணிலா போன்றவர்களின் புனைகதைப் படைப்புகள் மாற்றியமைக்கும் சக்திக்கொண்டவை என்பதை இந்த இடத்தில் பதிவு செய்தாக வேண்டும்.

துணை நின்ற நூல்கள்

1. அ.வெண்ணிலா, இந்திர நீலம், 2020, அகநி வெளியீடு, வந்தவாசி.
2. முனைவர் பா. செல்வகுமார், இலக்கியத்தில் பெண்ணியம் – தலித் பெண்ணியம், 2022, எதிர் வெளியீடு, சென்னை.
3. முனைவர் க.பஞ்சாங்கம், இலக்கியமும் திறனாய்வுக் கோட்பாடுகளும், 2016, அன்னம், தஞ்சாவூர்.
4. சிலம்பு நா. செல்வராசு, காரைக்கால் அம்மையார் தொன்மம் (சமூக மானிடவியல் ஆய்வு), 2023, காலச்சுவடு பதிப்பகம், நாகர்கோயில்.

• சென்னை சர் தியாகராயா கல்லூரியில் "இலக்கியங்களில் பெண்மொழியும் புனைவும்" எனும் தலைப்பில் 08.03.2024 அன்று நடைபெற்ற தேசியக் கருத்தரங்கில் வாசிக்கப்பெற்ற கட்டுரை.

●

தமிழ்ச் சூழலில் புலம்பெயர் இலக்கியத் திறனாய்வின் தேவையும் வரவும்

தமிழ்ச் சூழலில் 'புலம்பெயர்வு இலக்கியங்கள்' கடந்த நூற்றாண்டின் பிற்பாதியில் தொடங்கி இதுவரை எழுதப்பட்டு வருகின்றன. இவ்வகையான இலக்கியங்களை வரவேற்பதும் அதன் உட்பொருண்மைகளை ஆராய்வதும் திறனாய்வின் பணியாகிறது. தமிழ்ச் சூழலில் அந்தந்த இலக்கியக் காலகட்டத்திற்கேற்ப, புதிய புதிய திறனாய்வு அணுகுமுறைகள் தோன்றி வளர்ந்து வருகின்றன. அந்த வகையில், புலம்பெயர் இலக்கியங்களை மையமிட்டு எழுந்துள்ள திறனாய்வு ரீதியான பதிவுகளையும் புலம்பெயர் இலக்கியத் திறனாய்வு அணுகுமுறை ஆக்கம் பெறுவதற்கான பின்புலங்களையும் ஆராய்ந்து, இனம் சுட்ட வேண்டியுள்ளது.

மனித வாழ்க்கையில் பயணம் குறிப்பிடத்தக்க இடத்தைப் பெறுகிறது. பயணங்களின் வழி சாத்தியப்படும் இடப்பெயர்வு மற்றும் புலப்பெயர்வுகள் எண்ணற்ற தாக்கங்களைத் தருகின்றன என்பதை மறுக்கலாகாது. அவ்வகையில், இன்றைய மனிதர்களின் நவீன வாழ்க்கையென்பது பெரும்பாலும், புலப்பெயர்வுகளை மையமிட்டதாகவே அமைந்துள்ளது. புலப்பெயர்வுகளில் அடங்கியிருக்கும் வாழ்வாதாரத் தேடல்களும், அதில் சந்திக்கும் நெருக்கடிகளும் ஏராளம். புலப்பெயர்வு, விருப்பத்தின் பேரிலும், கட்டாயத்தின் பேரிலும் நடக்கக்கூடியது என்பதை இங்கு நினைவுகூர வேண்டும். அவ்வகையில், கல்வி, வேலைவாய்ப்புக் காரணங்களால் நிகழும் புலப்பெயர்வு விருப்பத்தின் பேரில் நிகழ்வதென்பதும், அரசியல் நெருக்கடி, பொருளாதார வீழ்ச்சி, போர் காரணங்களால் வெளியேற்றப்படும் புலப்பெயர்வு

கட்டாயத்தின் பேரில் நிகழ்வதென்பதும் வெளிப்படை. இப்பொருண்மை சார்ந்த இலக்கியங்கள் ஆக்கம் பெறுவது காலத்தின் தேவையாகிறது. எனவேதான், இந்தப் புலப்பெயர்வுகளினூடே சமூக வாழ்வைக் கடந்து, தனிமனித வாழ்வில் எதிர்கொள்ளும் சிக்கல்களையும் சவால்களையும் சித்திரிக்கும் எழுத்துகள் வெளிவந்துகொண்டிருக்கின்றன. இவற்றைச் சமகால இலக்கியமாக்கும்போது அதன் மொழி, இனம், பொருளாதாரம், அரசியல் உள்ளிட்ட அதிகாரத்துவப் போர் காரணங்களும் உள்ளடக்கியதாக இயற்றப்படுகின்றன. இவற்றைக் கருத்திற்கொண்டு, புலம்பெயர் இலக்கியங்கள் அடைந்திருக்கின்ற உச்சத்தையும், அதன் வருங்காலப் போக்கு எவ்வாறு அமையவேண்டுமென்பதில் புலம்பெயர் இலக்கியத் திறனாய்வு பெறும் முக்கியத்துவத்தையும் உய்த்துணரும் நோக்கில் இக்கட்டுரை எழுதப்பட்டுள்ளது.

புலம்பெயர்வு – புகலிடப்பெயர்வு : பொருள் விளங்கிக்கொள்ளல்

தமிழ்ச் சூழலில் புலம்பெயர்தல் என்பது பன்னெடுங்காலமாக இருப்பினும், மிகப்பெருமளவில் அதன் வலிகளையும் சொந்த மண் குறித்த ஏக்கங்களையும் வெளிப்படுத்தும் வகையிலான படைப்புகள் கடந்த நூற்றாண்டின் பிற்பாதியிலிருந்துதான் வெளிவந்து கொண்டிருக்கின்றன என்பதில் ஐயமில்லை. தமிழில் இம்மாதிரியான இலக்கிய வகைமையை அடையாளம் காண்பதிலும், அதற்கான வரையறைகளை நிர்ணயிப்பதிலும் பெரும் குழப்பம் நிலவிவந்துள்ளது. இதனைப் பின்வரும் கூற்று விளக்கும்:

" 'Diasporic Literature' என்பதன் நேரடியான மொழியாக்கம் 'புலம்பெயர்ந்தோர் இலக்கியம்' என்பதுதான். ஆனால் புகலிட இலக்கியமென்ற ஒரு பாவனையும் தெளிவின்றி அவ்வப்போது காணப்படுகிறது. அகதித் தஞ்சமடைந் தோரிடையே இழந்த மண், உற்றம், சுற்றம் முதலியவற்றினதும் மற்றும் பழம் பெருமையினதும் இழப்பின் வலிகொண்ட எழுத்தைப் புலம்பெயர் இலக்கியமென்று கொள்ளலாம். அதேபோல் தஞ்சமடைந்த மண்ணையே தம் வாழ்வின் பற்றிடமாய்க்கொண்டு அந்த மண்ணோடு கொள்ளும் ஊடாட்டத்தின் புதிய உறவுகள் குறித்துப் பேசுவது புகலிட இலக்கியமெனல் சரியாக இருக்கும்" (தேவகாந்தன், இலங்கைத் தமிழ் நாவல் இலக்கியம், பக்.138-139)

இது தமிழ் மொழிக்குள் இருந்த சொற்புழக்கங்களின் குழப்பத்தினையும், அதன் பொருண்மைகளை வரையறுப்பதிலுள்ள சிக்கல்களையும் வெளிப்படுத்துகிறது. மேலும் யார், எதைப் பற்றி எழுதுவது என்பதிலும் புலம்பெயர் இலக்கியம் கவனம் செலுத்த வேண்டியுள்ளது. சான்றாக, இலங்கையில் நடந்த இனக்கலவரத்தால் விரட்டியடிக்கப்பட்ட / அச்சப்பட்டுத் தாய் மண்ணைவிட்டு இடம்பெயர்ந்த இலட்சக்கணக்கான தமிழ் மக்கள் உலகெங்கிலும் வாழ்வியல் தேடி தெற்காசிய, ஐரோப்பிய, ஆப்பிரிக்க, அமெரிக்கக் கண்டங்களில் தஞ்சம் புகுந்தனர். இந்த அவலங்களைக் காணும் தமிழ்நாட்டைச் சேர்ந்த படைப்பாளிகள் எவரேனும் அவர்தம் புலம்பெயர்வு வாழ்க்கையைக் கருவாகக்கொண்டு, தமிழ் நாட்டில் இருந்தபடியே இலக்கியம் படைக்கிறார் எனில், அது புலம்பெயர் இலக்கியமாகுமா? என்கிற ஐயப்பாடு எழுகிறது. (புதுமைப்பித்தனின் 'துன்பக்கேணி', அகிலனின் 'பால்மரக் காட்டினிலே', ப.சிங்காரத்தின் 'புயலிலே ஒரு தோணி' உள்ளிட்டவை விதி விலக்கு.) சொல்லப்போனால், தலித் இலக்கியம் குறித்து எழுந்த சிக்கலே இதிலும் நிகழும் சாத்தியமிருக்கிறது. தலித்துகள் எழுதும் எழுத்துகள் மட்டும் தலித் இலக்கியமா? அல்லது தலித் அல்லாதோர் எழுதும் எழுத்துகளும் தலித் இலக்கியமாகக் கொள்ளலாமா? என்கிற விவாதத்தோடு இணைத்துப் பார்க்க இடமிருக்கிறது. இதற்கு விடையாக, தங்கள் தாய் மண்ணை விட்டுப் பிரிந்து, அயலிடங்களில் வசிக்கும் படைப்பாளிகள் எழுதும் இலக்கியங்களையே புலம்பெயர் இலக்கியமாகக்கொள்ளும் பொதுவான நிலைப்பாடு தமிழ்ச் சூழலில் இருந்து வருவதைக் காணமுடிகிறது.

தமிழில் புலம்பெயர் இலக்கியம் தோன்றுவதற்கான காலப்பின்னணி

தொல்காப்பியப் பொருளதிகாரத்தில் சுட்டப்பெறும் பிரிவுகள், சங்கப் பாடல்களில் காணப்பெறும் பாலைவழிக் காட்சிகள், ஆற்றுப்படைகள், சிலப்பதிகாரப் பயணங்கள், பக்தி இலக்கியங்களில் காணப்படும் தலப்பாடல்கள், சிற்றிலக்கியங்களில் காணலாகும் உலா இலக்கியங்கள் என யாவும் பயணம் குறித்த விவரணைகளை வெகுவாகச் சுட்டும். ஆனால், இதற்கும் தற்கால இலக்கியத்தில் சுட்டப்பெறும் புலம்பெயர்வுப் பயணத்திற்கும் நிறைய

வேறுபாடுகள் இருக்கின்றன. ஆகையால், முற்கூறப்பட்டவை புலம்பெயர்வு இலக்கியங்களாகக் கருதத் தக்கதன்று என்பது புலப்படும். அப்படியானால், தமிழ்ச் சூழலில் புலம்பெயர்வு இலக்கியங்கள் எந்தக் காலகட்டத்தில், எதன் பொருட்டுத் தோன்றியிருக்கக் கூடும்? என்கிற வினா எழுகிறது. இதற்கு, தமிழ் மொழியில் எங்கெங்கெல்லாம் இலக்கியங்கள் படைக்கப்படுகின்றன என்கிற புரிதலை உள்வாங்கிக்கொள்ளவேண்டும்.

தமிழ் மொழி பேசும் இரு முதன்மையான நிலப்பகுதிகளாக, தமிழ்நாட்டையும் இலங்கையையும் குறிப்பிடலாம். அதற்கடுத்த நிலையில், மலேசியா, சிங்கப்பூர், ஆஸ்திரேலியா உள்ளிட்ட தென்கிழக்கு ஆசிய நாடுகளையும், பிரான்ஸ், ஜெர்மனி, இங்கிலாந்து, டென்மார்க் உள்ளிட்ட ஐரோப்பிய நாடுகளையும், கனடா, அமெரிக்கா உள்ளிட்ட ஐக்கிய நாடுகளையும் குறிப்பிடலாம். இவை தவிர்த்து, துபாய் போன்ற அரபு நாடுகளிலும், மொரிசியசு போன்ற தென்கிழக்கு ஆப்பிரிக்க நாடுகளிலும் தமிழர்கள் வாழ்ந்து வருகின்றனர். இதில் முதன்மையானதாகச் சுட்டப்பட்ட தமிழ்நாட்டைக் காட்டிலும், இலங்கையிலிருந்து புலம்பெயர்ந்த தமிழர்களே பெரும்பாலும் புலம்பெயர் படைப்பாளிகளாகக் கருதப்படுகின்றனர் என்பதை உணர்ந்துகொள்ளவேண்டும். இதனை,

> “ஈழத்தமிழ் இலக்கியத்தில் 80களுக்குப் பின்னரான இலக்கியப் போக்கில் ‘புலம்பெயர் இலக்கியம்’ என்னும் புதியதோர் இலக்கிய வகைப்பாடு முனைப்புப் பெற்றுள்ளமை தமிழ் இலக்கிய உலகு அறிந்ததொரு விடயமாகும்” (சு.குணேஸ்வரன், அலைவும் உலைவும் – புலம்பெயர் படைப்பிலக்கியம் குறித்த பார்வைகள், ப.43)

என்னும் சு.குணேஸ்வரனின் குறிப்பு மெய்ப்பிக்கும். ஏனெனில், தமிழகத்திலிருந்து இலங்கை, பர்மா, இந்தோனேசியா, அந்தமான் தீவுகள், மலேசியா, சிங்கப்பூர் உள்ளிட்ட பகுதிகளுக்குச் சென்ற மக்களின் வீதத்தைக் காட்டிலும், ஈழத்திலிருந்து கிளம்பிய மக்களின் வீதம் அதிகம். மேலும், தமிழகத்திலிருந்து வெளியேறிய மக்களின் சூழலுக்கும், இலங்கையிலிருந்து கிளம்பிய மக்களின் சூழலுக்குமிடையே வேறுபாடுகள் உண்டு. இந்தப் பின்புலத்திலிருந்துதான் புலம்பெயர் இலக்கியங்கள் முகிழ்க்கும் காலகட்டத்தை ஊகிக்கலாம்.

> "இலங்கைத் தமிழர்கள் 1983இன் இனக் கலவரம் நடந்த சிறிது காலத்துக்குள்ளாகவே மூன்று லட்சம் பேர் வரை நாடிகந்திருந்ததாக ஒரு கணிப்பீடு தெரிவிக்கின்றது. இவர்களில் பலரது புகலிடமும் ஆரம்பத்தில் அவுஸ்திரேலியா, இங்கிலாந்து, பிரான்ஸ், மேற்கு ஜேர்மானியாகவிருந்து பின்னால் பிற ஐரோப்பிய நாடுகளாகவும், ஐக்கிய அமெரிக்காவாகவும் கனடாவாகவும் ஆகிப்போனது. இந்த ஒழுங்கில் ஐரோப்பாவிலேயே முதல் புலம்பெயர்ந்த தமிழ் இலக்கியம் தோன்றியிருக்க முடியுமென்பது விளங்கிக் கொள்ளக்கூடியது." (தேவகாந்தன், இலங்கைத் தமிழ் நாவல் இலக்கியம், ப.151)

என்று தமிழில் புலம்பெயர் இலக்கியத்தின் வரவை அடையாளம் காண முயல்கிறார் தேவகாந்தன். எனினும், எந்த இலக்கிய வடிவம் இதனைச் சாத்தியமாக்கியது, யார் இதனைச் சாத்தியமாக்கியவர் என்பதைத் துல்லியமாகத் தர இயலவில்லை. ஆனால், தமிழ்ச் சூழலில் முன்னர் குறிப்பிட்டதுபோல, ஈழத் தமிழ் எழுத்தாளர்கள் இதனைச் சாத்தியப்படுத்தியிருக்கிறார்கள் என்பதை மெய்ப்பிக்கும் விதமாக,

> "இந்திய மொழிகளிலேயே தமிழில்தான் இம்மாதிரியான (புலம்பெயர்) படைப்புகளை, குறிப்பாகச் சிறுகதைகளிலும் புதுக்கவிதைகளிலும் காணமுடிகிறது என்பதும், அதனை இலங்கைத் தமிழ் எழுத்தாளர்கள் சாத்தியமாக்கி இருக்கிறார்கள் என்பதையும் ஒரு சிறப்பு அம்சமாகக் குறிப்பிடவேண்டும்."
> (சா.கந்தசாமி, அயலகத் தமிழ் இலக்கியம், ப.16)

என்கிற சா. கந்தசாமியின் கூற்று அமைகிறது. மேலும், இவர் குறிப்பிட்ட சிறுகதை, புதுக்கவிதை வடிவங்களன்றி, நாவல் வடிவத்திலும் பல்வேறு எழுத்தாளர்கள் முயன்றிருக்கின்றனர். மேலும், தேவகாந்தன் தம் 'இலங்கைத் தமிழ் நாவல் இலக்கியம்' என்னும் நூலில் அருளரின் 'லங்கா ராணி' (1978) தொடங்கி, சமகாலத்து எழுத்தாளர்களின் நாவலாக்கங்களை அறிமுகம் செய்திருக்கிறார். அதில் நாவலுக்கான முழுமையான படைப்புத் தன்மைகளைப் பெறாத படைப்புகளையும் அவ்வப்போது இனஞ்சுட்டிப் பேசுகிறார்.

தமிழ்ப் புலம்பெயர் இலக்கியப் படைப்பாளர்களும் படைப்புகளும்

தமிழ்ச் சூழலில் புலம்பெயர் இலக்கியத் திறனாய்வின் தேவையை அறிவதற்குமுன், புலம்பெயர் இலக்கியங்கள் படைக்கும் முயற்சிகள் எவ்வாறு நிகழ்ந்துள்ளன? என்பதை அறியவேண்டும். அதிலும் குறிப்பாக, கவிதை, சிறுகதை, நாவலாக்க முயற்சிகளையும் இலக்கிய இதழ்களினூடாக நடந்த முயற்சிகளையும் இனங்காண்பது அவசியமாகிறது. இதில் புலம்பெயர்ந்து சென்ற நாடுகளிலிருந்து எழுதும் எழுத்தாளர்களையும், சொந்த மண்ணிலிருந்தபடியே (அகதிகளாய்) எழுதிக்கொண்டிருக்கும் எழுத்தாளர்களையும் அடையாளப்படுத்துவது தேவையாகிறது.

கவிதையாக்க முயற்சிகள்

கவிதையாக்கங்களின் வழியாகவே பெரும்பாலான புலம்பெயர்வு உணர்வுகள் தொடக்கக் காலங்களில் வெளிப்பட்டன எனலாம். மஹாகவி, முருகையன், நீலா வண்ணன், ஈழத்துக் கவிதையுலகின் மும்மூர்த்திகள் என்கின்றனர். ஆனாலும், இவர்தம் எழுத்துகள் புலம்பெயர் உணர்வுகளைச் சித்திரிப்பதாகத் தெரியவில்லை. காரணம், இவர்கள் ஈழப்போர் (1983) நடக்கும் காலகட்டத்திற்கு முன்னரே எழுதிய கவிஞர்களாவர். இலங்கையிலிருந்து வ.ஐ.ச.ஜெயபாலன், அ.யேசுராஜா, சேரன், எம்.ஏ.நுஃமான், சி.சிவசேகரம், கி.பி.அரவிந்தன், சிவரமணி, இளவாலை விஜயேந்திரன், சு.வில்வரத்தினம், அர்ச்சுனா, துரைச்செல்வி, தமயந்தி, செழியன், சூரியன், மு.பஷீர், திருமாவளவன், சக்ரவர்த்தி, சுகன், பாலகணேசன், அ.சங்கரி, ஔவை, ஊர்வசி, மைத்ரேயி, சுல்பிகா, சோலைக்கிளி, எஸ். பன்னீர்ச்செல்வன், சிவ.ராஜேந்திரன், இ.தம்பையா, அஷ்ரப் சிகாப்த், கருணாகரன், நிலாந்தன், அமரதாஸ், முல்லைக்கமல், பா.அகிலன், ஜெயசங்கர், ஸ்ரீபிரசாந்தன், திருக்குமரன், சுதர்சன், இரா.சடகோபன், மேரா, இராஜேஸ் கண்ணன், சேரலாதன், குகன், அலறி, சுஜந்தன், அநாமிகன், சிவ. வரதராஜன், சசி. மகரிஷி, துறையூரான் அஸாறுதீன், சம்பூர் வதனரூபன், றியாஸ் குரானா, யாத்திரீகன், உனவஸ்கனி என நீண்ட பட்டியலொன்றிருப்பது கவனத்திற்குரியது. இவர்களுள் அயலிடங்களுக்குச் சென்று

எழுதியவர்களும், சொந்த மண்ணிலிருந்தே எழுதியவர்களும் அடங்குவர். இவர்தம் கவிதைப் பின்புலம் குறித்து, 'ஞானம்' இதழில் (100ஆவது இதழ், செப்டம்பர் 2008) விரிவான தகவல்கள் கிடைக்கின்றன என்பதைக் குறிப்பிட்டாக வேண்டும்.

சிறுகதையாக்க முயற்சிகள்

ஈழத்தில் நிகழ்ந்து வந்த சிறுகதையாக்க முயற்சிகள் குறித்து அறிய, பேரா.கா.சிவத்தம்பியின் 'தமிழில் சிறுகதையின் தோற்றமும் வளர்ச்சியும்' எனும் நூல் பயனுறுவதாக இருக்கும். மேலும், 'ஞானம்' 100ஆவது இதழில் இது குறித்த விவாதங்கள் இடம்பெற்றிருப்பதை அடையாளம் காணலாம். அவ்விவாதங்களின் வாயிலாக, இலங்கையர் கோன், சி.வைத்தியலிங்கம், சம்பந்தன் உள்ளிட்ட தொடக்க காலச் சிறுகதை ஆசிரியர்களைத் தொடர்ந்து பலர் சிறுகதைகள் எழுதலாயினர் என்பதைப் பெறமுடியும். அதேசமயம் மறுமலர்ச்சிச் சிந்தனையிலும் சமூக சீர்திருத்தச் சிந்தனையிலும் தீவிர ஈடுபாடு கொண்ட தலைமுறையினர் சிறுகதைகளைப் படைப்பதில் ஆர்வம் காட்டியிருக்கின்றனர். அத்தகையவர்களுள் அ.செ.முருகானந்தம், ரெ.கார்த்திகேசு, தி.ச.வரதராசன், அ.ந.கந்தசாமி, வ.அ.இராசரத்தினம், பித்தன், சு.வேலுப்பிள்ளை, கனக செந்திநாதன், தாழையடி சபாரத்தினம், இராஜநாயகன், சு.நல்லையா, ஆனந்தன் சோ.தியாகராஜன், இராஜ அரியரத்தினம், நாவற்குழியூர் நடராஜன், கு.பெரியதம்பி, கே. கணேஸ் முதலியார் முக்கியமாகக் குறிப்பிடத் தக்கவர்கள். இவர்களின்றி தெணியான், செங்கை ஆழியான், செம்பியன் செல்வன், செ.யோகநாதன், லெ.முருகபூபதி, பத்மா சோமகாந்தன், அ.முத்துலிங்கம், நந்தி, எஸ். அகத்தியர், எஸ்.பொன்னுத்துரை, மு.பொன்னம்பலம், புலோலியூர் சதாசிவம், தி. ஞானசேகரன், கோகிலா மகேந்திரன், சுதாராஜ், தாமரைசெல்வி, மண்டூர் அசோகா, அராலியூர் ந.சுந்தரம்பிள்ளை, இணுவையூர் சிதம்பர திருச்செந்திநாதன், திக்குவல்லை கமால், க. தணிகாசலம், மு.பஷீர், அகில், லறீனா அப்துல் ஹக், அனோஜன் பாலகிருஷ்ணன் உள்ளிட்ட ஏராளமானோர் வெவ்வேறு காலகட்டங்களில் தொடர்ந்து சிறுகதை இலக்கிய வடிவங்களில் தங்கள் பங்களிப்பைச் செய்துள்ளனர். செய்தும் வருகின்றனர் என்பது புலனாகிறது.

நாவலாக்க முயற்சிகள்

இலங்கையிலிருந்து தமிழ் நாட்டிற்குப் புலம்பெயர்ந்த அருளர் (லங்கா ராணி), கோவிந்தன் (புதியதோர் உலகம்), செ.கணேசலிங்கன் (செவ்வானம்), செ.யோகநாதன் (ஒளி நமக்கு வேண்டும்), தேவகாந்தன் (கனவுச் சிறை) போன்றோரையும், மேற்குலக நாடுகளுக்குச் சென்ற ராஜேஸ்வரி பாலசுப்பிரமணியம் (ஒரு கோடை விடுமுறை), பார்த்திபன் (ஆண்கள் விற்பனைக்கு), இ. தியாகலிங்கம் (நாளை), ஷோபா சக்தி (கொரில்லா), தமிழ்நதி (கானல்வரி), விமல் குழந்தைவேலு (வெள்ளாவி), எஸ். பொன்னுத்துரை (மாயினி), பொ.கருணாகரமூர்த்தி (அனந்தியின் டயறி), அ.இரவி (1958), நொயல் நடேசன் (வண்ணாத்திக்குளம்), ஜீவமுரளி (லெனின் சின்னத்தம்பி), இளங்கோ (மெக்ஸிக்கோ) என நாவல் இலக்கிய வடிங்களில் மேற்சுட்டியவர்களன்றி, ஏராளமானோர் பங்களிப்புகளைத் தந்துள்ளனர். மேற்சுட்டிய நாவல்களும் கூட ஒரு வகைமாதிரிக்காகச் சுட்டப்பட்டவையே. ஒரே எழுத்தாளர் ஒன்றுக்கும் மேற்பட்ட படைப்புகளையும் அளித்துள்ளனர். இது குறித்து விரிவாக அறிந்துகொள்ள தேவகாந்தனின் நூலினை வாசிக்கலாம். இத்துடன், தமிழகம் மற்றும் புதுவையிலிருந்து புலம்பெயர்ந்து வாழும் நாகரத்தினம் கிருஷ்ணா (சைகோன் புதுச்சேரி) போன்றோரின் நாவல்களும் இங்குச் சுட்டத்தக்கன. இவருக்கும் முன்னவர்களுக்கும் படைப்பின் நோக்கத்தில் நிறைய வேறுபாடுகள் உண்டு.

தமிழில் புலம்பெயர் இலக்கியம் குறித்த உரையாடல்கள்

புலம்பெயர் இலக்கியங்கள் சொந்த மண்ணின் நெருக்கத்தையும் அயல் மண்ணின் நெருக்கடிகளையும் என்னதான் பெருமளவில் சித்திரித்திருப்பினும் அதன் மீதான வாசிப்புகளும் உரையாடல்களும் எழவேண்டியது அவசியமாகிறது. இவ்வகை இலக்கியத்தின் உட்பொருண்மைகளான அரசியல் நெருக்கடி, பண்பாட்டு நெருக்கடி, பொருளாதார நெருக்கடி, தனிமனிதச் சிக்கல்கள் போன்றவற்றை உரையாடலுக்கு உட்படுத்தும் முக்கியமான பணியும் இதனையொட்டி எழும்பியது எனலாம். இந்தப் பணியையும் அவர்களே (புலம்பெயர்ந்தோர்) கையிலெடுத்துக் கொண்டனர் என்றே சொல்லலாம். இதற்கு அவர்களுக்குப்

பக்கபலமாக இருந்தது 'சஞ்சிகைகள்' எனும் கலை, இலக்கிய, பண்பாட்டு, அரசியல்களை விவாதிக்கும் இலக்கிய இதழ்களேயாகும். இதனை,

> "தனி நூல்களைவிட சஞ்சிகைகளே அதிகளவாகப் புலம் பெயர் தமிழர் மத்தியிலிருந்து வெளியாகின்றன. 84, 85ஆம் ஆண்டுகளிலேயே சஞ்சிகைகள் வெளியாக ஆரம்பித்தன. ஜேர்மனியின் ஸ்கோட் நகரிலிருந்து 85ஆம் ஆண்டில் வெளிவரத் தொடங்கிய 'சிந்தனை' எனும் சஞ்சிகை 'தமிழ் மக்களின் இருள் சூழ்ந்த நிச்சயமற்ற நிகழ்காலத்தில் தெளிவான சிந்தனை முறை ஊடாக முறையான அரசியல் கோட்பாடுகளை ஆராய்ந்து ஸ்திரமான பாதையில் செல்வதே நமது குறிக்கோளாகும்' என்று கூறி ஆரம்பமாகியது. இவ்வாறு பல சஞ்சிகைகளுக்கு இலக்கிய நோக்கங்களுடன் கூட சமூக அரசியல் அக்கறையும் அமைந்திருந்தமை குறிப்பிடக் கூடியதாகும்." (சித்திரலேகா மௌனகுரு, இலங்கைத் தமிழரின் புலம்பெயர் இலக்கியம், ப.7)

என்று சித்திரலேகா மௌனகுரு தரும் குறிப்பினைக்கொண்டு புரிந்துகொள்ளலாம். 'புலம்பெயர் சஞ்சிகைகள் – ஆய்வுக்கான ஓர் அறிமுகம்' எனும் சு.குணேஸ்வரனின் கட்டுரையும் இதுகுறித்த விவரமான தகவல்களைத் தரக்கூடியதாகும். இதுமட்டுமன்றி, புலம்பெயர்ந்த இடங்களிலிருந்து ஆங்காங்கே அவர்தம் வாழ்க்கைத் துயரங்களை மீளுயிர்ப்புச் செய்யும் திரைப்படமாக்க முயற்சிகளும் நடைபெற்றுள்ளன. இதன்மூலம், இதழ்களைக் காட்டிலும் கூடுதலான கவனம் 'புலம்பெயர் வாழ்வியல்' பக்கம் திரும்பியது எனலாம்.

தமிழில் புலம்பெயர் இலக்கியத் திறனாய்வு - தோற்றப் பின்புலம்

திறனாய்வின் செல்நெறியானது, அந்தந்தக் காலகட்டத்தின் இலக்கிய வரவுகளையொட்டியும், படைப்பாளிகளின் புத்தாக்க முயற்சிகளை உள்ளடக்கியும், வாசகர்களின் உரையாடல்களைச் சார்ந்தும் தீர்மானிக்கப்படுகிறது. தமிழ் மொழியில் எழுதப்படும் புலம்பெயர்படைப்பாக்கங்களை, படைப்பாளிகளை, வாசகர்களைத் தமிழ்த்திறனாய்வுகள்சமகாலத்தன்மையுடன்வெளிக்கொணர்கிறதா? தமிழ்த் திறனாய்வுச் சூழல் புலம்பெயர் இலக்கியங்களையொட்டிய

புதிய திறனாய்வு அணுகுமுறை தோன்றுவதற்கான முகாந்திரம் கொண்டிருக்கிறதா? என்கிற கேள்வி எழும்புகிறது.

புலம்பெயர்வு இலக்கியங்கள் குறித்த திறனாய்வு தன்னிச்சையாகக் கிளம்பிவிடவில்லை. இத்திறனாய்வு முறையானது, தொடக்கத்தில் அதன் காலப் பின்னணியைக் கொண்டும், அப்போது இயங்கிய அரசியலின் தத்துவார்த்தப் பின்புலத்தைக் கொண்டும் ஒருவாறு அடையாளம் காணப்பட்டது. இதற்கு,

> "புலப்பெயர்வு குறித்து ஆயப்புகும் யாரும் இரண்டு கட்டங்களாகப் பகுத்து ஆயவேண்டியுள்ளதை உணரமுடியும். அந்த வகையில், 1.காலனியகால புலப்பெயர்வு, 2.பின் காலனிய கால புலப்பெயர்வு என இரண்டு கட்டங்களில் பகுத்துப் பார்க்க வேண்டியுள்ளது." (முனைவர் தெ.வெற்றிச்செல்வன், புதிய தமிழ் இலக்கிய வரலாறு, ப.885)

எனும் முறைமையில் தெ.வெற்றிச்செல்வன் குறிப்பிடும் பகுப்புமுறையானது துணைசெய்யக் கூடும். காலனிய காலத்தில் தேயிலைத் தோட்டங்களுக்கும், கரும்புத் தோட்டத் தொழில்களுக்கும், சுரங்கங்கள் வெட்டும் தொழில்களுக்கும் அடிமைகளாக அயல்நாடுகளுக்குக் கொண்டு செல்லப்பட்டோரைக் கூறலாம். பின்காலனிய காலத்தில் இனவாத, மொழிப் போர் காரணங்களால் சிதறியடிக்கப்பட்டோரைக் கூறலாம். எனினும், புலம்பெயர் இலக்கியத் திறனாய்வை மையமிட்டுத் தனியான பார்வை எழவேண்டிய தேவையிருந்தது. ஏனெனில், வெறுமனே காலனிய, பின்காலனியச் சூழலை மட்டும் பிரதிபலிக்காமல் அதில் மேலும் சில கூறுகள் அடங்கியிருந்தன. இக்கருத்திற்கு வலுசேர்க்கும் விதத்தில்,

> "புலம்பெயர் திறனாய்வு சமூகவியல், வரலாற்றியல், தத்துவவியல், உளவியல், பண்பாட்டியல், பொருளியல் முதலிய பல துறைகள் வழங்கும் அறிவு வளத்தையும் கொண்டு செயல்படும் பல்துறை சார் திறனாய்வு முறையாக விளங்குகிறது." (முனைவர் க.பஞ்சாங்கம், இலக்கியமும் திறனாய்வுக் கோட்பாடுகளும், ப.347)

என்று க.பஞ்சாங்கம் அவர்கள் தரும் விளக்கம் அமைந்திருக்கிறது. மேலும் பல்கலைக்கழக ஆய்வுகளின் மூலமாகவும் அவ்வப்போது

நடைபெறும் கருத்தரங்குகளின் மூலமாகவும் புலம்பெயர்வு இலக்கியங்கள் குறித்த உரையாடல்கள் தமிழ்ச் சூழலில் நிகழ்ந்து வந்திருக்கின்றன. சான்றாக, உலகத் தமிழாராய்ச்சி நிறுவனமும், சிங்கப்பூர் தமிழ் இலக்கியக் களமும் இணைந்து "புலம்பெயர்ந்த தமிழர் வரலாறும் வாழ்வியலும்" எனும் பொருண்மையில், சிங்கப்பூரில் 31 மே 2014 அன்று நடத்தப்பட்ட பன்னாட்டுக் கருத்தரங்கு மலரில் சுமார் 42 கட்டுரைகள் புலம்பெயர் வாழ்வியலின் பன்முகத் தன்மையைத் திறனாய்வுப் பார்வையில் உரையாடலுக்குட்படுத்தி வெளிப்படுத்தியிருக்கின்றன.

அதேபோல், ஈழத்தில் செ. யோகராசாவின் "புலம்பெயர் கலாச்சாரமும் புகலிட இலக்கியங்களும்" (பண்பாடு, 1993) என்னும் கட்டுரையினைத் தொடர்ந்து, "ஈழத்தமிழரது புலம்பெயர் கவிதைகள் - ஓர் ஆய்வு" (1999) என்னும் தலைப்பில் சு.குணேஸ்வரனும், "புலம்பெயர் சிறுகதைகள் - ஓர் ஆய்வு" என்னும் தலைப்பில் வ.வசந்தகுமாரும் ஆய்வு நிகழ்த்தியிருக்கிறார்கள். இவர்களுள், சு.குணேஸ்வரன் புலம்பெயர் இலக்கியம் பற்றித் தொடர்ந்து இலங்கையிலே ஆய்வு செய்து வருபவர் என்பது குறிப்பிடத்தக்கது. இதன் தொடர்ச்சியாக, 'இருபதாம் நூற்றாண்டில் ஈழத்திலிருந்து புலம்பெயர்ந்தவர்களின் கவிதை, புனைகதை' (2006) குறித்து, முனைவர்பட்ட ஆய்வினையும் மேற்கொண்டுள்ளார். மேலும், புலம்பெயர் இலக்கிய ஆய்விலே தொடர்ந்து ஈடுபட்டு வரும் செ.யோகராசாவின் "ஈழத்துப் புகலிட இலக்கிய வளர்ச்சி ஒரு நோக்கு" (ஞானம் – இதழ், 2004) "இலங்கைப் புகலிட நாவல்கள்" (சிந்தனை – இதழ், 2004) ஆகிய கட்டுரைகளையும் இங்குக் கணக்கிற்கொள்ளப் படவேண்டும். இத்துடன், சமகாலங்களில் நடைபெறும் ஆய்வுகளையும் சேர்த்துக்கொள்ள வேண்டும்.

கூடுதலாக, புலம்பெயர் இலக்கியங்கள் மட்டுமன்றிப் புலம்பெயர் திரைப்படங்களும் அண்மைக் காலங்களில் வெளிவரலாயின. மாறிவரும் தொழில்நுட்ப வசதிகளும், இணையமும் இதனைச் சாத்தியப்படுத்தின எனலாம். அவ்வகையில், யமுனா ராஜேந்திரன் அருந்ததியுடன் சேர்ந்து தொகுத்தளித்த, 'புகலிடத் தமிழ் சினிமா' என்னும் நூலையும், அவர் மட்டும் தனித்து வெளியிட்ட 'புத்தனின் பெயரால் – திரைப்பட சாட்சியம்' எனும்

நூலினையும் சேர்த்துக்கொள்ளவேண்டும். இவற்றின் வாயிலாகப் புலம்பெயர் இலக்கியத் திறனாய்வு அதன் துளிர்களைப் பெருக்கி, கிளைகளை விரித்து விருட்சமாகும் பருவத்தை எட்டியிருக்கிறது என்பதை அறிந்துகொள்ளலாம்.

தமிழில் புலம்பெயர் இலக்கியத் திறனாய்வு : செய்தனவும் செய்ய வேண்டியனவும்

தமிழ்ச் சூழலில் புலம்பெயர் இலக்கியங்கள் குறித்து எழுந்த உரையாடல்களை முன் வந்த பகுதிகளில் கண்டோம். இதன் விளைவுகளைப் புலம்பெயர் இலக்கியத் திறனாய்வாக ஊகித்துணர்வதே பொருத்தமுடையதாக இருக்கும். அவ்வகையில், புலம்பெயர் இலக்கியங்களின் பண்புகளில் ஒன்றாக,

> "தங்கள் தாய்நாட்டில் தங்களிடையே பெரிய வேறுபாடுகளாக வெளிப்படும் வர்க்க வேறுபாடு, பாலியல் வேறுபாடு முதலியவை புலம்பெயர் சமூக வாழ்வில் பெரிய அளவில் புலப்படுவது இல்லை." (முனைவர் க.பஞ்சாங்கம், இலக்கியமும் திறனாய்வுக் கோட்பாடுகளும், ப.350)

என்று க.பஞ்சாங்கம் அவர்கள் குறிப்பிடுவது முக்கியத்துவம் வாய்ந்ததாக இருக்கிறது. புலம்பெயர் இலக்கிய வாசிப்புகளின் வழியாக இந்த முடிபை எட்டியிருக்கிறார் என்பதாகக் கொள்ளவேண்டும். மேலும், புலம்பெயர் வாழ்வின் நடைமுறையில் இருக்கும் யதார்த்தத் தன்மையையும் இதன் மூலம் புரிந்துகொள்ளமுடியும். புலம்பெயர் வாழ்க்கை முறையில் அந்தந்தப் பிராந்திய வாழ்வியல் நெறிகள் கலந்துகொள்வதும் இதற்கொரு காரணமென்று சொல்லலாம்.

ஷோபாசக்தியின் 'கொரில்லா', காஞ்சனா தாமோதரினின் 'இக்கரையில்', அ.முத்துலிங்கத்தின் கதைகளில் புகலிட நினைவுத் தடங்கள் குறித்தெல்லாம் 'சமகால நாவல்களில் புனைவின் அரசியல்' எனும் தம் நூலில் சு. செல்வகுமாரன் உரையாடியிருப்பது குறிப்பிடத்தக்கது. இவர் தம் கட்டுரையின் ஒரு பகுதியில்,

> "தமிழக மார்க்சிய பெரியாரிய சிந்தனையாளர்கள் முற்றிலும் இந்து மதம் சார்ந்தே தமது விமர்சனங்களை முன்வைக்கும்

இத்தருணத்தில் அதற்கு வேறுபட்ட நிலையில் ஈழ - புலம்பெயர் எழுத்தாளர்களிடமிருந்து கிறிஸ்தவத்தின் கருத்துருவாக்கத்திற்கு எதிராக எழுப்புகின்ற இவ்விமர்சனங்கள் மிகவும் முக்கியத்துவம் வாய்ந்தவையாக அமைகின்றது" (முனைவர் சு. செல்வகுமாரன், சமகால நாவல்களில் புனைவின் அரசியல், ப.38)

என்று குறிப்பிட்டிருப்பது, புலம்பெயர் இலக்கியத் திறனாய்வின் அடுத்தடுத்த புள்ளிகளுக்கு இட்டுச் செல்கிறது எனலாம். அதாவது, புலம்பெயர் இலக்கியங்களை மாற்றுக் கண்ணோட்டத்துடன் அணுகும் பார்வையை முன்வைக்கிறார். மேற்சுட்டிய கருத்து, அரசியல் தத்துவ ரீதியாகப் புலம்பெயர் இலக்கியங்கள் அடைந்திருக்கும் உச்சத்தைத் தொடச் செய்கிறது. இவையாவும் புலம்பெயர் இலக்கியத் திறனாய்வால் செய்யப்பட்டிருக்கின்றன எனக் கொண்டால், இனி அதில் செய்யப்பட வேண்டியவை குறித்துச் சிந்திக்க வேண்டியுள்ளது.

புலம்பெயர் இலக்கியங்களின் திறமான எழுச்சியைத் தொடர்ந்து, அதன் நோக்கங்கள் யாவும் நிறைவேறியிருக்கின்றனவா என்பதை அவதானித்தால், பின்வரும் ஆதவன் தீட்சண்யாவின் கூற்று உற்று நோக்குதற்குரியதாகிறது:

"புலம்பெயர் இலக்கியம் என்ற வகைமையை ஆழமும் விரிவும் கொண்டதாக மாற்றியமைக்கும் பொறுப்பு தமிழகப் படைப்புலகத்தின் முன்னே இருக்கிறது. இலங்கையிலிருந்த புலம் பெயர்ந்தவர்களின் படைப்புகள் மட்டுமேயல்லாது, மலையகத்தமிழர்கள், தமிழ் முஸ்லீம்கள், தலித்துகளிடமிருந்து வெளியாகும் மாற்றுக்குரல்களையும் இதற்குள் இணைக்க வேண்டியுள்ளது." (ஆதவன் தீட்சண்யா, புலம்பெயர் இலக்கியம் விவாதத்திற்கான புள்ளிகள், கொழுந்து, ப.9)

இது வெறும் அறைகூவலாக இல்லாமல் அதன் செயல்தளத்தில் ஊட்டமுடன் இயங்கினால், புலம்பெயர் இலக்கியத்தின் வலிமை மேன்மேலும் கூடும் என்பதையும் அதன் வளமான எதிர்காலத் தேவைகள், அவை குறித்த திறனாய்வின் வாயிலாகப் பூர்த்தியாகும் என்பதையும் குறிப்பிட்டுச் சொல்லவேண்டும்.

நிறைவுரை

புலம்பெயர் இலக்கியங்கள் உலகளவில் வெவ்வேறு மொழிகளில் வெவ்வேறு பிராந்திய எல்லைகளைக் கொண்டு எழுதப்பட்டாலும், தமிழ்ச் சூழலில் அதன் தேவையும் வளர்ச்சியும் வீச்சும் அளப்பரியது. தமிழ் மொழியில் எழுதப்பட்டுள்ள புலம்பெயர்வு இலக்கியங்களை ஒட்டி அவ்வப்போது எழுப்பப்பட்ட திறனாய்வு ரீதிய உரையாடல்களும் எண்ணிலடங்காதவை. அவைகளை முறைப்படுத்திப் பார்க்கும் சிறு முன்முயற்சியே இக்கட்டுரையில் செய்யப்பட்டிருக்கிறது. முழுமையான தமிழ்ப் புலம்பெயர் இலக்கியத் திறனாய்வு குறித்த உரையாடல்களைக் கட்டுரைக்குள் கொணரும் சாத்தியம் குறைவு. எனவே, தமிழ் கூறும் நல்லுலகில் அவர்தம் வாழ்க்கைப் பாடுகளைச் சித்திரிக்கும் இலக்கியங்களின் வரவுகளையும் அதன் மீதான ஆரோக்கியமான திறனாய்வு ரீதிய உரையாடல்களையும் முன்னெடுக்க வேண்டியது நம் காலத்தின் அவசியமாகிறது.

கட்டுரைக்குத் துணை செய்தவை

1. அந்தனி ஜீவா (இதழாசிரியர்), கொழுந்து, ஜூலை-ஆகஸ்ட் 2009, கொழும்பு, இலங்கை.

2. கோ. விசயராகவன், கு.சிதம்பரம் மற்றும் பிறர் (ப.ஆ.), புலம்பெயர்ந்த தமிழர் வரலாறும் வாழ்வியலும், 2014, உலகத் தமிழாராய்ச்சி நிறுவனம், சென்னை.

3. சா. கந்தசாமி, அயலகத் தமிழ் இலக்கியம், இரண்டாம் பதிப்பு 2016, சாகித்திய அகாதெமி, சென்னை.

4. சித்ரலேகா மௌனகுரு, இலங்கைத் தமிழரின் புலம்பெயர் இலக்கியம், 1995, சுதந்திர இலக்கிய விழா அமைப்புக்குழு, இல.61, பழைய கொட்டாவ வீதி, மிரிஹான, நுகேகொடா.

5. சிற்பி பாலசுப்பிரமணியம், நீல பத்மநாபன் (ப.ஆ.), புதிய தமிழ் இலக்கிய வரலாறு, 2019, சாகித்திய அகாதெமி, சென்னை.

6. சு.குணேஸ்வரன், அலைவும் உலைவும் – புலம்பெயர் படைப்பிலக்கியம் குறித்த பார்வைகள், 2009, தினைப்புனம், யாழ்ப்பாணம்.

7. தி.ஞானசேகரன் (இதழாசிரியர்), ஞானம் – கலை இலக்கிய சஞ்சிகை (ஈழத்து நவீன இலக்கியச் சிறப்பிதழ்), 100ஆவது இதழ், செப்டம்பர் 2008.

8. தேவகாந்தன், இலங்கைத் தமிழ் நாவல் இலக்கியம், 2021, காலச்சுவடு பதிப்பகம், நாகர்கோயில்.

9. முனைவர் க. பஞ்சாங்கம், இலக்கியமும் திறனாய்வுக் கோட்பாடுகளும், இரண்டாம் பதிப்பு 2016, அன்னம், தஞ்சாவூர்.

10. முனைவர் சு. செல்வகுமாரன், சமகால நாவல்களில் புனைவின் அரசியல், 2019, நியூ செஞ்சுரி புக் ஹவுஸ், சென்னை.

- மொரிசியசில் நடைபெற்ற 16ஆவது உலகத் தமிழ்ப் பண்பாட்டு மாநாட்டில், "புலம்பெயர் தமிழர் : வாய்ப்புகளும் சவால்களும்" எனும் பொருண்மையிலான பன்னாட்டுக் கருத்தரங்கிற்காக, 26.09.2023 அன்று இணையவழியில் வாசிக்கப்பெற்ற கட்டுரை.

●

தமிழில் திணைக் கோட்பாடும் சூழலியல் திறனாய்வும்:

மரபும் நவீனமும் நிகழ்த்தும் வாழ்வியல் ஊடாட்டங்கள்

மனித வாழ்க்கை, மனிதருக்கும் இயற்கைக்குமான போராட்டக்களமாக உள்ளது எனலாம். இயற்கையின் அங்கமாக இருந்த மனித இனம், இயற்கைக்கு எதிரான / அந்நியமான நிலைப்பாட்டை எடுத்தது எப்படி? இயற்கையை அழித்தொழித்து அதன் வளங்களைச் சுரண்டும் நாசக்காரச் செயல்பாடுகளுக்கு நாளும் நாளும் ஆட்படுவதும் துணைபோவதும் எங்ஙனம்? அதைக் கண்டும் காணாமல் விலக எப்படிச் சாத்தியமாகிறது? நவீன தொழில்நுட்பங்களின் காலம் என்கிற கற்பிதமான உலகுக்குள் இயற்கையின் வகிபாகம் என்ன? அரசின் மக்கள் நல நிர்வாகத் துறைகள், வனப் பாதுகாப்புச் சட்டங்கள், பசுமைத் தீர்ப்பாயங்கள், மாசுக் கட்டுப்பாட்டு வாரியங்கள், தன்னார்வத் தொண்டு நிறுவனங்கள் என்று நிறுவனமயமாக்கப்பட்ட அமைப்புகளின் இடையீடுகள் இயற்கைக்கு எத்தகைய பாதுகாப்பினை மனிதரிடமிருந்து அளிக்கின்றன? இம்மாதிரியான பல்வேறு கேள்விகளை முன்வைத்து, அதன் தத்துவார்த்தத் தளங்களைத் தேடிக்கண்டு, நவீனமயப்பட்ட மனிதச் சமூகத்தின் பின்னடைவுகளை வெளிச்சம்போட்டுக் காட்டுவதில் சூழலியலுக்குப் பெரும்பங்கு உண்டு எனலாம்.

வரலாறு நெடுகிலும், மனித இனத்தின் வாழ்க்கையானது இரு வகைப்பட்ட சிந்தனைத் தொகுப்புகளால் வழிநடத்தப்படுகிறது எனலாம். ஒன்று 'மரபு' சார்ந்த சிந்தனைத் தொகுப்பு; மற்றொன்று 'நவீனம்' சார்ந்த சிந்தனைத் தொகுப்பு. மரபை அல்லது பழமையைப்

புளகாங்கிதம் செய்யாத மனித இனம் எங்கேனும் உண்டா? வெகு சாதாரணமாக, "அந்தக் காலத்துலயெல்லாம் அப்படியில்ல..." எனத் தொடங்கும் உரையாடல் வழக்கம் மனிதரை விட்டு இன்னும் அகலவில்லை எனலாம். நவீன வாழ்க்கையின் சிதைவுகள் இவ்வாறு மரபு நோக்கித் திரும்பத் திரும்பப் பேசச் செய்கின்றன. அதேவேளை, மரபிலிருந்து மேம்பட்ட நவீன வாழ்க்கை முறையையே மனித மனம் விரும்புகிறது. நவீனம் தரும் வசதி வாய்ப்புகளை மனித உடல் துய்க்கிறது. ஆனால், நவீனத்தால் ஏற்படும் சீர்கேடுகளைக் கணக்கிற்கொள்ளும்போது மட்டும் நவீனத்தைச் சாடி, மரபைப் போற்றும் நிலைப்பாட்டை எடுக்கிறது மனித மனம். மொழி வழியே சாத்தியப்படும் இச்சிந்தனைத் தொகுப்புகளின் முரண்பட்ட ஊடிழைவுதான் மனித வாழ்க்கையை நிரப்பிக்கொண்டிருக்கிறது. அந்தவகையில், தமிழ் மொழிக்குள் இருந்த இயற்கை மரபு சார்ந்த சிந்தனைத் தொகுப்பாகத் திணைக்கோட்பாட்டைக் குறிப்பிடலாம். உலகின் வேறெந்த மொழிகளுக்கும் இல்லாத தனித்தன்மை வாய்ந்த மரபாகத் 'திணை மரபைத்' தமிழாய்ந்த அறிஞர்கள் குறிப்பிடுவர். இந்நிலையில், இன்றைய நவீன தமிழ் வாழ்வியல் பண்டைத் திணை மரபின் தொடர்ச்சிதான் என்கிற பார்வை பொருந்துமா? எனில், உலகளவில் பேசுபொருளாக இருக்கும் சூழலியல் திறனாய்வின் வகிபாகம் தற்காலத் தமிழ்ச் சூழலில் என்ன? என்கிற கேள்வி எழாமலில்லை.

2011ஆம் ஆண்டில் வெளியான 'இலக்கியமும் திறனாய்வுக் கோட்பாடுகளும்' எனும் நூலில், பேரா. நிர்மல் செல்வமணி அவர்களின் திணைசார் சூழலியல் திறனாய்வுப் பார்வைகள் குறித்து விளக்கிச் சொல்லும் பேரா.க.பஞ்சாங்கம், "தமிழ்த் திறனாய்வுச் சூழலில், சூழலியல் திறனாய்வு இன்னும் அறிமுகமாகவில்லை என்று கூறும் நிலைதான் இருக்கிறது." (பஞ்சாங்கம்.க, ப.362) எனும் கூற்றின் மூலம் தமிழிலக்கியத் திறனாய்வு வெளியில், சூழலியல் திறனாய்வு வளர்ச்சிக் கொள்ளவேண்டியதின் தேவையை வலியுறுத்துகிறார். அதேபோல், 2008ஆம் ஆண்டில் கோவை பாரதியார் பல்கலைக்கழகத்திற்குச் சமர்ப்பிக்கப்பட்ட 'திணைக் கோட்பாடும் தமிழ் இலக்கிய மரபும்' எனும் முனைவர் பட்ட ஆய்வேட்டில் ஆய்வாளர் க.ஜவஹர் அவர்களும் மேற்சுட்டிய ஆய்வின் எதிர்கால ஆய்வுக் களங்களுள் ஒன்றாக, "திணைக்

கோட்பாட்டைச் சூழலியல் திறனாய்வோடு (Ecocriticism) ஒப்பிட்டு ஆராயலாம்" (முடிவுரை, ப.x) எனும் முன்மொழிவுக் கூற்றைக் குறிப்பிட்டிருக்கிறார். இவ்விரு கூற்றுகளின் ஒருங்கிணைவாக, அதற்கான காரணகாரியங்களையும் தரவுகளையும் பகுத்து விரித்துக் கொள்வது இக்கட்டுரையின் நோக்கமாக எடுத்துக்கொள்ளப்படுகிறது. அவ்வகையில், சூழலியல் திறனாய்வு என வழங்கப்பெறும் மேற்கத்தியத் திறனாய்வுப் பார்வைக்கும், தமிழ் மரபின் நீண்ட நெடிய பாரம்பரிய வழமையோடும் இலக்கியச் செழுமையோடும் வளர்த்தெடுக்கப்பட்ட திணைக் கோட்பாட்டிற்கும் இடையே உள்ள நெருக்கங்களையும் விலகல்களையும் மீள்பார்வைக்கு உட்படுத்தவேண்டியுள்ளது. அவ்வகையில், தமிழில் ஏற்கெனவே, நமக்குப் பழக்கப்பட்டு இருந்த திணை மரபு சார்ந்த அறிவோடு, கடந்த நூற்றாண்டின் நவீனத்துவப் பாய்ச்சலால் விளைந்த சூழலியல் சார்ந்த பிரக்ஞை தமிழ்ப் பண்பாட்டில் எங்ஙனம் ஊடாடியுள்ளன? இதுவரை இத்தகைய முயற்சிகளை யார் யார், எந்தெந்தப் பொருண்மைகளில், எவற்றை அடிப்படையாகக் கொண்டு தமிழ்ச் சூழலில் விளம்பினர்? என்பது குறித்த பார்வைகளை அறிமுக நிலையில் தொகுத்து ஆராயும் முயற்சியாக இக்கட்டுரை எழுதப்பட்டுள்ளது.

திணைக்கோட்பாட்டு மரபு - சில சூழலியல் புரிதல்கள்

தமிழின் தொன்மையான இலக்கண நூலான தொல்காப்பியத்தில் முதல், கரு, உரி எனும் மூன்று அலகுகளை அடிப்படையாகக் கொண்டு கட்டமைக்கப்பட்டதே திணைக் கோட்பாடு ஆகும். குறிஞ்சி, முல்லை, மருதம், நெய்தல், (பாலை) ஆகியன நிலம் பெற்ற அகத் திணைகள் ஆகும். கைக்கிளை, பெருந்திணை ஆகியன நிலமற்ற மனித நடத்தை/ ஒழுக்கவியல் சார்ந்த திணைகள் ஆகும். இவற்றிற்கு நேர் எதிராக ஏழு புறத்திணைகளைச் சுட்டுகிறார், தொல்காப்பியர். ஆனால் இந்தப் புறத்திணைகளுக்குத் தனித்தனியான நிலங்கள் ஏதும் வரையறுக்கப்படவில்லை. மாறாக, இந்தப் புறத்திணைகள் யாவும் போர் நிகழ்ச்சிகளைச் சித்திரிக்கும் விதமாகப் பகுக்கப்பட்டுள்ளன என்பது குறிப்பிடத்தக்கது. அதேவேளை, இத்தகைய போர்களுக்கும் மூலக் காரணம் நிலமும்

(பெண்ணும்) அதன் மீதான ஆதிக்க மோகமும்தான் என்பதைக் கவனத்தில் கொள்ள வேண்டும். எனினும், புறத்திணையைக் காட்டிலும் அகத்திணை மரபுக்கே முக்கியத்துவம் இருந்தமையைச் சங்கப் பாடல்களின் எண்ணிக்கையின் வழி அறிய முடிகிறது. தமிழ்ச் சூழலில், இந்தத் திணைக் கோட்பாட்டு மரபு எங்ஙனம் வினைபுரிந்துள்ளது என்பதைச் சூழலியல் புரிதலோடு காண்போம்.

பெயரிடுதலின் நுண்ணரசியல்

இயல்பாகப் பரந்து கிடக்கும் நிலப்பரப்பிற்குப் பெயரிட்டு அதனைத் தன் புரிதலுக்குள் அல்லது தன் மொழிக்குள் கொண்டு வருவதன் மூலம் அதன்மீது தன் ஆதிக்கத்தை நிலைநாட்ட வேண்டிய சூழலுக்கு ஆட்படுகின்றனர் மனிதர். நிலத்தைப் பெயரிடும் / அடையாளப்படுத்தும் மனிதருக்கு அந்தந்த நிலமே அடையாளமாக மாற்றப்படுகிறது. இத்தகைய பெயரிடல் முறைக்குப் பின்னணியில் இருக்கும் அரசியலைப் பேரா.க.பஞ்சாங்கம் குறிப்பிடும் கூற்று உணர்த்துகிறது:

> "திணைக்கோட்பாடு, பரந்து கிடந்த நிலப்பரப்பையும் பொழுதையும் மனிதவயப்படுத்துவதிலும், பெருகிக் கிடந்த மனிதர்களை நிலவயப்படுத்துவதிலும் பெரும்பங்கு ஆற்றியுள்ளது என்பதை உணரமுடிகிறது. இன்றைக்கு ஏற்பட்டுள்ள பல உலகப் பிரச்சனைகளுக்குக் காரணமே மனிதர்கள் தங்கள் நிலம், பொழுது சார்ந்து நிலவயப்பட்டவர்களாக வாழாமல் வேர் இழந்தவர்களாகப் போனதுதான் காரணம் என்று விளக்குவதற்கு நிறைய வாய்ப்பு இருக்கிறது"
> (பஞ்சாங்கம் கட்டுரைகள் – தொகுதி II, ப.5)

இங்கு, க.பஞ்சாங்கம் குறிப்பிடும் 'வேர் இழத்தல்' என்பது இன்றைய நவீன வாழ்வியலால் உண்டான பாதிப்புகளுள் ஒன்றாகக் கருதலாம். பண்டைக் காலத்திய புலப்பெயர்வுகள் இந்தளவிற்குப் பெரிய தாக்கத்தை ஏற்படுத்திவிடவில்லை என்பதை உணர்ந்து கொள்ள வேண்டும். பணிச் சூழல், போர்ச் சூழல், கல்விச் சூழல், அரசியல் சூழல் உள்ளிட்ட பல்வேறு காரணங்களுக்காக மனிதர்கள் தனியாகவோ, கூட்டம் கூட்டமாகவோ நிலம்விட்டு நிலம் தாவிக் கொண்டுதான் இருக்கின்றனர். இதன் மூலம், வேர் இழத்தல் என்பது சாத்தியப்படுகிறது என்பது புலப்படும். இதற்குப்

பின்னணியில் நுணுகிச் சென்றால், 'வேர் இழத்தல்' என்பது வெறுமனே 'இடம் பெயர்தல்' / 'நிலத்தை விட்டு அகலல்' என்ற நிலையை மட்டும் குறிப்பதல்ல. மாறாக, தங்கள் சொந்த நிலத்திலேயே தங்கள் சொந்த வாழ்வியலைப் பற்றிய முழுமையான புரிதலைக்கொண்டிராத அளவிற்குப் பெருமுதலாளித்துவ நிறுவனங்கள் செய்திருக்கின்ற மூளைச் சலவையையும் இது குறித்து நிற்கிறது. 'சொந்த' நிலம் என்பதும் ஒருவித ஆதிக்கப் புரிதல்தான் என்றாலும், அத்தகைய 'சொந்த' உணர்வும் அது பற்றிய புரிதலும் கூட மக்களிடையே காணப்படுவதில்லை என்பதைக் குறிக்கிறது. இதற்குத் திணைசார் வாழ்வியலில் இருந்த உணவு உற்பத்தி முறை மூலம் புரிதலுக்கான சான்று காணலாம். குறிஞ்சித் திணையின் முதன்மையான உற்பத்திப் பொருள் தினை, கிழங்கு, தேன் போன்றவை என்பதை அறிவோம். ஆனால், இன்றைக்குக் குறிஞ்சித் திணையான மலைகள் தேயிலை, காப்பி, ஏலக்காய், மிளகு உள்ளிட்ட பணப்பயிர்கள் உற்பத்தி செய்யப்படும் தனியார் (எஸ்டேட்) நிலங்களாகவும், சுற்றுலாப் பயணிகள் வந்து செல்லும் தற்காலிகக் குதூகல மலைவாழிடங்களாகவும், பன்னாட்டு மலர்கள் உள்ளிட்ட தோட்டப்பயிர்கள் கொண்ட பூங்காக்களின் கண்காட்சிகள் மூலமாகவும், செயற்கை ஏரிகளில் படகு சவாரி செய்வது மூலமாகவும், அருவிகளில் குளிக்க அனுமதி அளித்தல் மூலமாகவும், வன உயிரினங்களை நேரில் காண்பிக்கும் வாகன ஏற்பாடுகள் மூலமாகவும் விதவிதமான வருவாய் பெருக்குமிடங்களாக மாற்றப்பட்டுள்ளன. முன்னெப்போதுமில்லாத அளவிற்கு மனித நடமாட்டத்தை, நவீனப் போக்குவரத்துச் சாதனங்கள் எளிமைப் படுத்தியுள்ளன. கூட்டம் கூட்டமாக மக்கள் திரள் மலைகள் நோக்கி வருகின்றனர்; தங்குகின்றனர்; செல்கின்றனர். இது மலைகள் கண்டுள்ள வளர்ச்சி என்பதா? வீழ்ச்சி என்பதா? இரு நிலைகளிலும் இதை எண்ணிப் பார்க்க வேண்டியுள்ளது. காலம் காலமாக அம்மலைகளில் பிறந்து அம்மலைகளோடு தொடர்புகொண்டிருந்த மனிதர்கள் இந்தத் திடீர் அந்நிய மனிதர்களின் பெருநுழைவால், அவ்விடங்களை விட்டுப் பீடித்து வெளியேற்றப்படுகின்றனர்; அல்லது அங்கு அமைக்கப்படும் தொழில்மையங்களில் அடிமட்டக் கூலித் தொழிலாளிகளாக ஆக்கப்படுகின்றனர். தங்கள் சொந்த நிலத்திலேயே தங்களுக்கான வாழ்வாதார வேலைகளை விட்டொழித்துவிட்டு, அந்நிய முதலாளிகளுக்கான உற்பத்தி

உபகரணங்களாக மாற்றப்படுகின்றனர் என்பதுதான் நிதர்சனமான உண்மை. சமீபத்தில் நடைபெற்ற வயநாடு நிலச்சரிவையும், மாஞ்சோலைத் தேயிலைத் தொழிலாளர் பிரச்சனையையும் எவ்வாறு அம்மக்களின் வாழ்வாதாரப் பிரச்சனையாக மட்டும் குறுக்கிப் புறந்தள்ளிவிட்டுச் சென்றுவிடுவது? இந்த இடத்தில், 'மேகமலை'யின் நிலை குறித்துச் சூழலியல் எழுத்தாளர் நக்கீரன் 'தமிழ் ஒரு சூழலியல் மொழி' எனும் நூலில் விவரிக்கும் காட்சிகள் நினைவுகூரத்தக்கது.

உணவுமுறை - திணைக்காலமும் தற்காலமும்

மனிதர் இயற்கையைச் சார்ந்திருத்தல் என்பது அடிப்படையில் உணவுத் தேவையிலிருந்து தொடங்குகிறது. உணவுத் தேவைக்குப் பிறகுதான், உடையும் உறையுளும் இயற்கையின் துணைகொண்டு நிறைவேற்றிக்கொள்ளப்படுகின்றன. பண்டைக் காலத்தில், ஒரு திணையில் உற்பத்தியாகும் உணவுப்பொருள் வேறொரு திணையில் உள்ள நபருக்குப் பண்டமாற்றுமுறையில் கிடைக்கப்பெற்றன எனலாம். ஆனால், அவரவர்கட்கு அந்தந்த நிலப்பரப்புக்கேற்ற உற்பத்திப் பொருட்களும் உணவுமுறையும் இருந்தமையால், அவை ஓர் ஒழுங்கமைவான சங்கிலித் தொடர்போல் பண்டமாற்றப்பட்டன. ஆனால், இதுபோன்ற எந்தப் புரிதலும் இல்லாமல் தொழிற்புரட்சியின் விளைவுகளில் ஒன்றாகப் பன்னாட்டு நிறுவனங்களின் உணவகங்களும் விதவிதமான அந்நிய உணவு வகைகளும் விளம்பரங்களினூடாக இயல்பாக மக்கள் வாழ்க்கையில் இன்றைக்குப் புழக்கத்தில் வந்துவிட்டன. "சோறும் நீரும் விற்பனைக்கு உரியவையல்ல" (அறியப்படாத தமிழகம், ப.34) என்று குறிப்பிடும் பண்பாட்டு ஆய்வாளர் பேரா.தொ.பரமசிவன் அந்நியராட்சியின் பொருளீட்டு உத்திமுறைகளுக்குள் உணவும் நீரும் சேர்ந்துகொண்டதை எடுத்துக்காட்டி, தொடக்க காலத்தில் மேற்தட்டு மக்களுக்கான உணவகங்களே தமிழகத்தில் இருந்தன என்றும் தந்தை பெரியாரின் பல சமூகப் போராட்டங்களுக்குப் பிறகே அனைவருக்குமான உணவகங்கள் பெருகின என்கிற வரலாற்றுச் செய்தியைத் தருகிறார். இதற்காக, அவர் உணவகங்களுக்கு எதிராகக் கருத்துரைக்கிறார் என்பதாகப் புரிந்துகொள்ளக்கூடாது. உணவு என்பது தமிழ்ப் பண்பாட்டில் விளைபொருளாக

இருந்ததேயொழிய விலைபொருளாக இருந்ததில்லை என்பதைச் சுட்டிக் காட்டுவதற்காகத்தான். இத்தகு நோக்கில், மானிடவியல் அறிஞர் பக்தவச்சல பாரதியின் சங்ககாலத் திணைசார் உணவு முறைகள் குறித்த ஆய்வு நூல்கள் இவண் கவனம்பெறத்தக்கன.

உணவைத் தேடி மனிதர்கள் அலைந்த காலம் போய், இருக்கும் இடத்திற்கே விரும்பிய உணவு வகைகளைக் கொண்டுவந்து அளிக்கும் அளவிற்குப் பெருநிறுவனங்கள் மென்பொருள் சேவைச் செயலிகள் மூலம் போட்டியிட்டுக் கொண்டு தங்கள் சுரண்டல் கரங்களை நம் சட்டைப் பைக்குள் அனுமதிக்கும் அவலத்தை என்னவென்று சொல்வது? இன்னும் எளிய வழியில் புரிந்து கொள்ளலாம். ஒருபுறம், உணவகங்களில் குடல் போல் நீண்டு, கொதிக்கும் நீரில் பலவித மசாலாப் பொருட்களுடன் சாறு செய்து சொதசொதவென்றோ / எண்ணெயில் வறுத்தோ தரும் துரித உணவு வகையான 'நூடுல்ஸ்' எந்த நிலத்து / திணை உணவு? இது தங்கள் சூழலுக்கு ஏற்ற உணவு வகைதானா? என்று யாரும் விளக்கமாகத் தெரிந்துகொண்டு உண்ணப்போவதுமில்லை. தெரிந்துகொள்ள வேண்டும் என்கிற கட்டாயமுமில்லை. இப்படிக் காரஞ்சாரமாக உண்டுவிட்டு, குபு குபுவென்று கொப்பளிக்கும் பன்னாட்டு நிறுவனங்களின் குளிர்பானங்கள் பருகும் வழக்கம் தமிழர் உணவுப் பாரம்பரியத்திற்குள் வந்தது எப்படி? இதற்காக, இம்மாதிரியான உணவு வழக்கத்தை மறுதலிக்க வேண்டும் என்பது இக்கட்டுரையின் நோக்கமல்ல. மாறாக, திணை சார்ந்த வாழ்வியலிலிருந்து தமிழர்கள் எங்ஙனம் விலகியுள்ளனர் / வேர் இழந்து நிற்கின்றனர் என்கிற புரிதலைக் கடத்துவதற்காகத்தான் இவ்விளக்கங்கள் யாவும்.

மறுபுறம், இயற்கைக்குத் திரும்புதல் என்கிற உந்துதல் இன்றைய நவீன வாழ்வியலின் ஒரு பாணியாக மாறியுள்ளது. அதற்குள்ளும், நவீனத்துவத்தின் மறைமுகத்தடங்கள் இருக்கவே செய்கின்றன. தமிழகத்தின் தேநீர்க் கடைகளில் பெரும்பாலும் வெள்ளைச் சர்க்கரையினால் (கரும்பு) ஆன பானங்களைப் பருகுவது அருகி, கருப்பட்டி / நாட்டுச் சர்க்கரை பயன்படுத்தும் தேநீர் வகைகளை விரும்பும் நுகர்வுக் கலாச்சாரம் பெருகியுள்ளது. இதுவே உடலுக்கு நன்மைப் பயக்குவதாக நம்ப வைக்கப்படுகிறது. அதேபோல், இயற்கை சார்ந்த பாரம்பரியமான உணவு வகைகளை

வழங்கும் உணவகங்களும் அதற்கான வாடிக்கையாளர் ஈர்ப்பும் வெகுவாக வளர்ந்துள்ளன என்பதையும் கருத்திற்கொள்ளவேண்டும். ஆனால், இவையும் பெருநகரங்களின் தரத்திற்குக் குறி வைத்து, முதலாளித்துவ நிறுவனங்களைப் போலவே, தங்களுக்கான தனி இலட்சனையுடன், தனிப் பாணியான தயாரிப்பு முறையுடன், தனித்துவமான மூலப்பொருட்களுடன், தனித்துவமான அடையாளங்களை மக்கள் மனத்தில் நிலைநிறுத்தித் தங்கள் இலாப நோக்கிலான விற்பனையைப் பெருக்குவதில் கவனம் செலுத்துவதாய் அமைந்துள்ளன என்பதையும் குறிப்பிட்டாக வேண்டும். இதற்குக் காரணம், மூலப்பொருட்களை உற்பத்தி செய்வோருக்கும் நுகர்வோருக்கும் இடைப்பட்ட நிலையில் வெறும் வணிகரக மட்டுமே இத்தகையோரால் செயல்பட முடிகிறது. நுகர்வுத் தன்மை பெருகும்போது, அதற்கேற்ற வகையில் உற்பத்தியும் பெருகவேண்டியுள்ளது. சான்றாக, 'பனை' சார்ந்த பொருட்கள் யாவும் மனிதப் பயன்பாட்டுக்கு உகுந்தவை என்பதால், சமீப காலங்களில் மக்களின் முழுக்கவனமும் பனை சார்ந்த பொருட்களின் மீது திருப்பப்படுகிறது. ஆனால், பனைகளின் எண்ணிக்கை, வளர்ச்சிக் காலம், பருவம், மகரந்தச் சேர்க்கை, பராமரிப்புப் போன்ற பல்வேறு காரணிகள் பனைபொருட்களின் உற்பத்தியைத் தீர்மானிக்கின்றன. வெறுமனே நுகர்வுப் பெருக்கம் என்பதற்காகப் பனைகளின் உற்பத்தியைக் கூட்டிவிடலாகாது. இங்குதான், நவீன தொழில்நுட்பத்தின் வளர்ச்சியான மரபணு மாற்றம் செய்யப்பட்ட பயிர் வகைகள் குறித்த இடையீடு நிகழ்ந்து, குறைந்த காலத்தில் அதிக மகசூல் என்கிற இலக்குச் சாத்தியப்படத் தொடங்குகிறது. நல்லவேளை, இன்னும் பனை இப்படியான மரபணுமாற்றத்திற்கு ஆட்படவில்லை எனக் கருதலாம். ஆனால், நெல், கோதுமை, தென்னை, காய்கறிகள் உள்ளிட்ட பல உணவுப் பொருட்கள் இம்முறையில்தான் சாகுபடி செய்யப்படுகின்றன. எனில், இதில் இயற்கையின் தன்மை மனிதர்களின் நுகர்வுக்காகச் சீர்குலைக்கப்பட்டு விட்டு, இயற்கைக்குத் திரும்புதல் என்கிற பொத்தாம்பொதுவான புரிதலுக்குள் மக்களை மூழ்கடிக்கச் செய்துவிடுகின்றன, இன்றைய நவீன வாழ்க்கை முறையும் அதனை நிரப்பியுள்ள சமூக ஊடகங்களும்.

பழந்தமிழ்த் திணைச் சமூகம் இயற்கையைத் தன்னிலையிலிருந்து விலக்கிக் கண்ட சமூகமா?

நிலத்தைத் திணை வாரியாகப் பெயரிடுவதின் மூலம் வகைப்படுத்துதல் என்ற நிலையைத் தாண்டி மனிதவய ஆதிக்கத்தின் சக்தியாக மாற்றிக் கொண்டமையைக் கண்டோம். ஆக, எல்லாத் திணைகளும் ஒருபடித்தானதாக இருந்தன என்றோ, திணைக் குடிகள் சமமான நிலையில் வாழ்ந்தனர் என்றோ, எல்லாத் திணை மக்களும் ஒன்றுபோல வளர்ந்தோங்கினர் என்றோ கூறுவதற்கு இடமில்லை. அதேபோல், எல்லாத் திணை மக்களும் ஒரே மாதிரியான பண்பாட்டுச் சூழல் அமைவுகளுடன் கூடிய வாழ்வியலோடு இருந்தனர் என்பதற்கும் சாத்தியமில்லை. மொழி ரீதிய ஒருமைப்பாடு காணப்பட்டதே ஒழிய வாழ்வியல் ரீதியில் வேறுபாடுகளே காணப்பட்டன எனலாம். செந்தமிழ், கொடுந்தமிழ் எனும் வகைப்பாடுகளும் இவண் கவனம்பெறத் தக்கன. தொல்காப்பியர் வகுத்துக் காட்டும் முதல், கரு, உரிப் பொருள்களைக் கொண்டே இந்த வேறுபாடுகளை உணர்ந்துகொள்ளலாம். இருந்தாலும் இவ்வேறுபாடுகளைக் கடந்து, தமிழ்ப் பண்பாட்டின் திணை வாழ்வியல் என்பது இயற்கையோடு இயைந்து வாழும் முறைமையைக் கற்றுக் கொடுத்தது என்பதை மறுக்கவியலாது. ஆனால், முதல், கரு ஆகியன நேரடியாக பௌதிக உலகியல் நிலையிலிருந்து பெறப்படும் புரிதல்களையும், உரிப்பொருள் என்பது பருண்மையற்ற மனித உணர்வு நிலையிலிருந்து வகுத்துக் காட்டப்படுவதைக் கணக்கிற்கொண்டு, திணை வாழ்வியல் என்பதும் கூட முற்று முழுதான இயற்கைசார் வாழ்வியல் என்று கூறிவிட முடியாது என்கிற புரிதலுக்குப் பின்வரும் கூற்றின் மூலம் தள்ளிவிடுகிறார், பேரா. க.பூரணச்சந்திரன்:

"இயற்கையிலிருந்து கலாச்சாரத்திற்கு (செயற்கைச் சூழலுக்கு) Nature > Nurture இயக்கத்தைக் காட்டுவதாக அமைகிறது."
(சான்றோர் தமிழ், ப.77)

ஆகவே, திணைக்கு அடிப்படையாக விளங்கும் முதல், கரு, உரி ஆகிய அடிப்படை அலகுகளில் 'பெயரிடுதல்' என்ற நிலையைக் கடந்து, 'உரி' என்று மனித உணர்வு நிலைகளை வகுத்துக் கொள்ளும்போது மனிதமயப்பட்ட சிந்தனைக்கு இட்டுச் செல்கிறது.

முதல், கரு கூட மயங்கலாம்; உரிப்பொருள் மயங்காது என்பதும் தொல்காப்பியத்தின் வழி பெறப்படும் செய்தி. எனவே, இங்கும் 'மனிதவயப்பட்ட பார்வை'யே மேலோங்கி இருப்பதைக் கண்டுகொள்ள முடிகிறது. எனவே, 'பழந்தமிழ்ச் சூழலில் ஒருமைப்பாடு என்ற ஒன்று இருந்ததா?' என்கிற கேள்வி இங்கு எழுகிறது. காதலைப் பாடும் அதேவேளை போரையும் பாடிய பாடல்களும் பழந்தமிழ் இலக்கியங்களில் உண்டு. போர் பற்றிய திணைகளும் தொல்காப்பியர் காலத்தினின்றே பழந்தமிழரிடையே வழங்கப்பட்டு வந்துள்ளமையால், பழந்தமிழரிடையே திணை ரீதிய ஒருமைப்பாடு இல்லாமைக்கான சாத்தியங்கள் வலுக்கின்றன. மனிதவயப்பட்ட நிலப்பாகுபாட்டுக்குள் இயங்கிய திணைக்கோட்பாடு எந்த அளவில் இயற்கையையும் அதன் வளங்களையும் உயிரினங்களையும் தன்னிலையில் / தனக்கு நிகரான நிலையில் வைத்து நோக்க முடியும் என்கிற வினாவும் எழும்புகிறது. புன்னையைத் தோழியாகக் கொண்ட தலைவியையும், முல்லைக்கொடிக்குத் தேர் ஈந்த பாரியையும் எவ்வாறு புரிந்துகொள்வது என்று கேட்போமானால்,

> "சங்க காலத்தில் திணை என்பது வாழிடம், வாழ்க்கை முறை என்ற அர்த்தங்களை இழந்து கவிதையை எப்படி உருவாக்குவது என்னும் கோட்பாடாகத் தொல்காப்பியரால் ஆக்கப்பட்டு விட்டது" *(சான்றோர் தமிழ், ப.83)*

என்கிற விடையைக் கொள்ளுவதற்கு இடமளிக்கிறது. மேலும், தொல்காப்பியர் கூறும் முதல், கரு, உரிப் பொருள் பாகுபாடு என்பது தமிழ் மக்களின் மனிதவயப்பட்ட பார்வையைப் புலப்படுத்திய தேயன்றி, உண்மையில் இயற்கையின் அசலான வகைப்பாட்டை வகுத்தளித்துவிட்டன என்று கூறுவதற்கிடமில்லை. மனிதவயப்பட்ட நிலமும் பொழுதும் பல்வேறு காரணிகளால் பாதிப்புக்கு உள்ளாகியிருக்கின்றன; மாற்றம் கண்டிருக்கின்றன; தன்னியல்புகளை இழந்திருக்கின்றன. இந்நிலையில், ஆ.ஈஸ்வரனின் 'நகரத்திணை' என்கிற நூலில் முன்மொழியப்படும் புதிய வகைத் திணையும் மனிதமயப் பார்வையின் வெளிப்பாடே ஆகும். ஆக, இயற்கையைப் புரிதலுக்குள் அடக்கும் முயற்சியில் இறங்கிய திணைப்பாகுபாடு, இயற்கையைப் பாகுபடுத்திக் காட்டியதேயன்றி நேரடியாக இயற்கையை அழித்தொழிக்கும் வேலையிலும் இறங்கிவிடவில்லை.

ஆனால், 'உழைப்பு' என்று செயல் தத்துவ அடிப்படையில் இயங்கிய திணைச் சமூகத்திற்குள் உற்பத்தி, உபரி ஆகிய இரு நிலைகளில் ஏற்பட்ட விகித மாற்றங்கள் சமூக ஏற்றத் தாழ்வுகளை ஏற்படுத்தியிருக்க வேண்டும் என்பதை அவதானிக்கலாம். இந்த உற்பத்தி, உபரி சக்திகளை அடிப்படையாகக் கொண்டு, ஏனைய திணைகளைக் காட்டிலும் மருதத் திணையை வலுவான தளத்திற்கு இட்டுச் சென்றிருக்கவேண்டும் எனக் கருதுகிறார் கா.சிவத்தம்பி. இவர் போலவே, க.பூரணச்சந்திரனும், "திணை என்ற கோட்பாடே எல்லாச் சமூக நிறுவனங்களுக்கும் அடிப்படையாக அமைவது." (சான்றோர் தமிழ், ப.82) எனக் குறிப்பிடுவதால், சமனற்ற சமூகமாகப் பண்டைத் தமிழ்ச் சமூகம் இருந்திருக்கக்கூடும் என்கிற புரிதலைக் கண்டடையலாம். அவ்வகையில், திணை வாழ்வியல் என்பது இயற்கையோடு இயைந்த தமிழரின் பொற்காலமான வாழ்வியல் என்கிற பொதுப்புரிதலின்மீது நம்பிக்கையின்மையை ஏற்படுத்துகிறது. மேலும், இயற்கையோடு இயைந்து வாழும் நிலையிலிருந்து இயற்கையைப் பாடும் மரபாக மாற்றம் கொண்டதற்கான இடைவெளிகளையும் தேடவேண்டியுள்ளது. இயற்கையின் மீது தாங்கள் கொண்டிருந்த புரிதலைப் பெயரிடுதலாக, மொழியாடலாக வெளிப்படுத்தினரே அன்றி, இயற்கையின் இயல்புநிலை அது அல்ல என்பது இதன் மூலம் புலப்படும். இவ்வாறு இருக்கையில், இது அம்மக்களிடையே எத்தகைய வாழ்வியல் நெருக்கடிகளை ஏற்படுத்தியிருக்கும் என்று கேட்கும்பட்சத்தில், கா. சிவத்தம்பி, 'திணைக் கோட்பாட்டின் சமூக அடிப்படைகள்' என்னும் கட்டுரையில் தரும் விளக்கம் பொருத்தமான விடையாக இருக்கும்:

> "சிலப்பதிகாரம் பொருளாதார ரீதியில் சமத்துவமான வளர்ச்சியுடையதாக ஆக்க ஓர் இயக்கத்தைத் தொடங்க முயல்கிறது. முரண்பாடுகள் மிக்க தமிழகத்தில் இளங்கோவால் சித்தரிக்கப்படும் வாணிக வர்க்கத்தால் இதனைச் சாதிக்க முடியாது போயிற்று. பல்லவர் ஆட்சி தோன்றிய பின்னரும், மருதமல்லாத நிலப்பிரிவுகளில் வாழ்ந்த மக்கள், சாதிக்கப்பாற்பட்ட தாழ்ந்தவர்களெனக் கருதப்பட்டனர். இதன் பின்னர்த் திணை, இலக்கண அறிஞர்களது விவாதப் பொருளாகவும், பழங்காலத் திணை வழக்கைப் பின்பற்றிப்

போலிக் கவிதைகள் எழுதவுமே பயன்பட்டது." (பண்டைத் தமிழ்ச் சமூகம் – வரலாற்றுப் புரிதலை நோக்கி, ப.68)

என்பார். மேலும், திணை சார்ந்த நிலவியல் புரிதலுக்கும் அது குறித்த இலக்கியவியல் புரிதலுக்குமான பாரதூரத்தை வெளிப்படுத்துவதும் இங்கு முதன்மையாகிறது. ஏனெனில், இலக்கியம் என்பது புனைவு சார்ந்தது. ஏனெனில், முற்றுமுழுதான உண்மைத்தன்மைக் கொண்ட சான்றாதாரம் என்று கொள்ளுமளவிற்கு இலக்கியங்கள் உருப்பெறுவதில்லை. இதனால்தான் தொல்காப்பியரும் 'திணை மயக்குறுதலும் கடிநிலை இலவே' என்றுரைக்கிறார். 'திணை மயக்கம்' என்பது கவிதைசார் அழகியல் நுட்பமாக இனங்காணப்படுகிறது. எனில், கலப்பற்ற திணைப் பிரிவு என்று சாத்தியப்படுவதற்கில்லை. அவ்வகையில், அதுபற்றிய அறுதியிட்ட நிலவியல் / சூழலியல் வாசிப்புகளுக்கும் வாய்ப்பமையாமல் போவதை, பேரா. ஆ.தனஞ்செயனின் எதிர்வரும் கூற்று உணர்த்துகிறது:

"நிகழ்காலத்திய அல்லது கடந்த காலத்திய சமுதாயங்களில் நிலவிய சூழலியல் ஒழுங்கமைப்புகளைப் பற்றி ஆராய்வதற்குத் 'தொல்லியல் சூழலியல்' என்னும் ஆய்வு முறையைத் தொல்லியல் ஆய்வறிஞர்கள் கையாள்வது போல், இலக்கியங்கள் சித்தரிக்கும் பண்டைய சமுதாயங்களில் நிலவிய சூழலியல் ஒழுங்கமைப்புகளை ஆராய்ந்துப் புரிந்து கொள்வதற்கெனத் தனித்த ஆய்வுமுறை ஏதேனும் இதுவரையில் தோன்றியுள்ளதா என்பது தெரியவில்லை."
(சங்க இலக்கியமும் பண்பாட்டுச் சூழலியலும், ப.142)

ஆக, பழந்தமிழ் இலக்கியங்கள் என்பது ஒருவகையில் புனைவு சார்ந்த நிலவியலைப் பதிவு செய்திருக்கின்றன என்பது இதன்வழி புலனாகிறது. இது முற்றுமுழுதாகப் பழந்தமிழரின் திணைக் கோட்பாட்டைத் தொல்தமிழரின் பிரிவினைவாதக் கொள்கையாகப் புறந்தள்ள வழிவகுக்கும் புரிதலுமன்று. இதுவரை தமிழிலக்கிய வெளியில் மு.வ., தனிநாயகம் அடிகள், மயிலை சீனி.வேங்கடசாமி, பி.எல்.சாமி, கா.சிவத்தம்பி, க.பஞ்சாங்கம், இந்திரா மனுவேல், பக்தவச்சலபாரதி, சிலம்பு நா.செல்வராசு, கே.பழனிவேலு, க.ஜவஹர் உள்ளிட்ட எண்ணற்ற அறிஞர்களால் மேற்கொள்ளப்பட்டு

வரும் திணை சார்ந்த வாசிப்புகளைப் புறந்தள்ளுவதும் இல்லை. மாறாக, திணைக்கோட்பாடு என்பதைப் பழந்தமிழர் உயிர்கள் அனைத்தையும் ஒன்றாகப் பேணிய பொதுமையான ஆதிக்கோட்பாடு என்கிற புனிதக் கட்டுமானத்தின் மீது வைக்கப்படும் மறுவாசிப்புக் கான புரிதலாகும். பேரா. நிர்மல் செல்வமணி அவர்களும் ஒருங்கிணைந்த தளம் (Integrative Oikos), அதிகாரப் படிநிலைத் தளம் (Hierrachic Oikos), ஒழுங்கு சிதைத் தளம் (Anarchic Oikos) என்கிற நுட்பமான பிரிவுகளின் அடிப்படையில் திணைக் கோட்பாட்டின் மீதான மறுவாசிப்புகளை முன்வைத்திருக்கிறார் என்பதையும் நினைவிற்கொள்ளவேண்டும்.

தமிழும் சூழலியல் திறனாய்வும்

தமிழ் இயல்பிலேயே பசுமை நிறைந்த மொழி என்பதை மறுக்கவியலாது. இயற்கை சார்ந்த ஈர்ப்பும் அவை குறித்த இத்தனை விரிவான பாடுபொருண்மைகளும் சொற்குவியல்களும் வேறெந்த மொழி இலக்கியத்திலும் வாய்க்கப்பெறவில்லை என்பது தமிழின் தனிச்சிறப்பு. ஆனால், கடந்த நூற்றாண்டின் கடைசிக் காற்பகுதியில் வலுப்பெறத் தொடங்கிய சூழலியல் திறனாய்வு என்னும் சிந்தனைப்புலம் இம்மாதிரியான இயற்கைப் பாடுபொருண்மைகளின் மீது மறுவாசிப்பைக் கோருகிறது. இத்திறனாய்வுமுறை செரில் கிலாட்பெல்டி (Cheryil Glotfelty), வில்லியம் ரூக்கர்ட் (William Ruecert), டேவிட் மாசல் (David Mazal) உள்ளிட்ட அமெரிக்க அறிஞர்களின் முன்முயற்சிகளால் வளர்த்தெடுக்கப்பட்டது எனலாம். இவர்களின் சூழலியல் சார்ந்த கருத்துகள் பரவலாக்கம்பெற்று, இங்கிலாந்து போன்ற நாடுகளினூடாகப் பசுமை இலக்கியம், பசுமை (அ) பச்சைத் திறனாய்வு (Green Criticism) என்பதாக வளர்ச்சியுற்று, இன்றைக்குத் தமிழ் இலக்கியவெளியிலும் பரவலாகச் சூழலியல் திறனாய்வுமுறை செயல்தளத்தில் இருப்பதாக உணர்ந்துகொள்ள முடிகிறது. பின்நவீனத்துவ / பின்னமைப்பியக் கருத்தாக்கங்கள் எவ்வாறு மையம் களைத்து விளிம்புக்கு அல்லது ஒடுக்கப்பட்ட நிலையின் எழுச்சிக்கு வித்திட்டனவோ அதேபோல, சூழலியல் திறனாய்வும் இன்றைய சூழலியலில் நிலவிவரும் ஒடுக்குமுறை களுக்கு / பாதிப்புகளுக்கு ஆட்படுவோர் பக்கம் நின்று வாதிடுகிறது. மனிதன் x இயற்கை என்று வரும்போது இயற்கையின் பக்கமும்,

ஆண் x பெண் என்று வரும்போது பெண்ணின் பக்கமும் இது நிற்கிறது. இச்சூழலியல் திறனாய்வின் முக்கியக் கருத்துருக்களாக,

"1.மனிதமையவாதத்தை மறுத்தல், 2.மானுடத்தை இயற்கையை நோக்கித் திருப்புதல், 3.பசுமை இலக்கியத்தை வளர்த்தல், 4.இயற்கை மானுடத்தைவிட மேலானது. நமக்குப் புறத்தே தனியாக இயங்குவது, 5.நவீன உலகக் கட்டமைப்பில் சுற்றுச்சூழலின் சிதைவுகளை விவாதித்தல், 6.இலக்கியங்களில் பதிவு பெற்றுள்ள இயற்கை குறித்த சொல்லாடல்களை மறு ஆக்கம் செய்தல், 7.இலக்கியக் கல்வியையும் சூழலியல் கல்வியையும் இணைத்தல், 8.பிற உயிரினங்களிலிருந்து மனிதன் எவ்வகையிலும் உயர்ந்தவன் அல்ல என்பதை நிறுவுதல், 9.சமகாலச் சூழல் மாசுபாடுகளைக் கடுமையாக மறுப்பதோடு போராடுவதற்கு இலக்கியத்தைக் கருவியாக்குதல், 10.உலக வளர்ச்சிகளுக்குப் பின் இருக்கும் சர்வதேச அரசியலைக் கவனப்படுத்துதல்." (திறனாய்வுக் கோட்பாடுகளும் பன்முக வாசிப்புகளும், ப.26)

முதலானவற்றைப் பட்டியலிட்டுக் காண்பிப்பார், பேரா. ந.இரத்தினக்குமார். இனி இவற்றின் முக்கியமான சில கருத்துருக்கள் தமிழிலக்கியச் சூழலில் விரிவாக்கம் கண்டுள்ளமை பற்றிக் காண்போம்.

சூழலியப் பெண்ணியம்

பெண்ணியத்தின் அடிப்படை இலக்கு, ஆணாதிக்கச் சமூக ஒடுக்குமுறைகளிலிருந்து விடுபட்டு, தங்களுக்கான மொழியை, அழகியலை, உலகை வரித்துக்கொள்வது. அந்தவகையில், மூன்று அலைகளாக உருவெடுத்த பெண்ணியக் கருத்தாக்கங்கள், தீவிரவாதப் பெண்ணியம், மிதவாதப் பெண்ணியம், மார்க்சியப் பெண்ணியம், தலித்தியப் பெண்ணியம் உள்ளிட்ட பல்வேறு சிந்தனைமுறைகளின் ஊடிழைவாகத் தம்மை வடித்தெடுத்துக் கொண்டது. அதேபோல், சூழலியல் என்கிற சிந்தனைமுறையிலும் பெண்ணின் இருப்பு மேலும் முக்கியத்துவம் பெறுகிறது. எனவேதான், சூழலியலோடு பெண்ணியமும் கைக்கோர்த்துக் கொண்டு தன் குரலை மேலும் வலுப்படுத்துகிறது. இது குறித்து,

> "சூழலியப் பெண்ணியம் சுற்றுச் சூழலுக்குத் தனது அர்ப்பணிப்பை உறுதிசெய்கிறது. பெண்ணுக்கும் இயற்கைக்கும் இடையேயுள்ள தொடர்பு பற்றி விழிப்புணர்வு ஏற்படுத்துகிறது. இயற்கையும் பெண்ணும் ஆணாதிக்க சமுதாயத்தினால் உட்படுத்தப்படும் வழிகள் எவை என்பதை வெளிச்சமிட்டுக் காட்டுகிறது. எல்லா உயிரும் மதிப்புமிக்கது என்பதே அதன் கொள்கை." (திறனாய்வுக் கோட்பாட்டாளர்களும் கோட்பாடுகளும், ப.259)

என்று ச.வின்சென்ட் தரும் அறிமுகக் குறிப்பு இங்கு உற்றுநோக்கத் தக்கது. தமிழில் 'சூழலியல் பெண்ணியம்' குறித்த உரையாடலுக்குப் பேரா. வனத்து அந்தோணியின் 'Eco-Feminist Discourses in Tamil' என்னும் நூலை எடுத்துக்காட்டுவார் ச.வின்சென்ட். பெண்களின் இருப்பியலைப் பேசுவதென்றால் அது இயற்கையோடு அவர்களுக்கு இருக்கும் நெருங்கிய தொடர்பைப் பேசுவது போலாகும். அதையும் பெண்களின் பேச்சிலிருந்தே / எழுத்துகளிலிருந்தே எடுத்துக்காட்டினால் எவ்வளவு பொருத்த முடையதாக இருக்கும்? அந்த அடிப்படையில், 'சூழலியற் பெண்ணியப் பார்வையில் சங்கப் பெண்கவிதைகள்' குறித்து எழுந்துள்ள ந.இரத்தினக்குமாரின் ஆய்வுக் கட்டுரையும் இப்பார்வைக்கு அணுக்கமான சான்றாகச் சுட்டலாம். ஆனால், இவ்விருவரும் ஆண்கள் என்பதையும் கவனத்தில் கொள்ளவேண்டும்.

பண்பாட்டுச் சூழலியல்

சூழலியலுக்கும் மனிதருக்கும் மிக நெருக்கமான தொடர்பை ஏற்படுத்தியதில் பண்பாட்டிற்கு மிக முக்கியப் பங்குண்டு. விலங்கினத்திலிருந்து மனித நிலையினை அடைந்தது என்பதே, ஒரு பண்பட்ட செயல்வடிவம்தான் என்பதை மறுக்கலாகாது. ஆனால், 'பண்பாட்டுச் சூழலியல்' தனக்கேயான கூறுகளுடன் எழும்புகிறது. எனில், உலகெங்கிலும் மனிதர் விரவியுள்ளனர். ஆனால், அவர்தம் பண்பாடு ஒருபடித்தானதாக இல்லை. அப்படியாயின், 'பண்பாட்டுச் சூழலியல்' முன்னிறுத்த விழைவது, அந்தந்தப் பண்பாட்டுக்குள்ளிருக்கும் மனித – இயற்கை உறவுகளை மையமிட்டதாக அமைகிறது. இக்கண்ணோட்டத்தில், ஆ.தனஞ்செயன், திணைக்கோட்பாட்டின் பின்புலத்தில்

'பண்பாட்டுச் சூழலியலும் நெய்தல் திணைப் பாடல்களும்' எனும் ஆய்வுக் கட்டுரையினைத் தமிழ்ச் சமூகத்திற்கு அளித்திருக்கிறார். இக்கட்டுரையில், மீனவர்களின் வாழிடச் சூழல் (குரம்பை), சமயக் குலக்குறி நம்பிக்கைகள் (அணங்கு – வாட்சுறா முள்), மீன்பிடித் தொழில்நுட்பம் மற்றும் கருவிகள் (படகுகள், வலைகள்) முதலானவற்றை எடுத்துக்காட்டி நெய்தல் திணை வாழ்வியலினூடாகத் திணைக் காலத்து மீனவர்களின் வாழ்வியலில் தொடங்கித் தற்காலத் தமிழக மீனவர்களின் வாழ்வியல் அடைந்துள்ள பண்பாட்டு மாற்றப் பின்புலங்களை இணைத்துப் பேசுகிறார்.

பழந்தமிழரின் பண்பாட்டியலில் இயற்கைக்கு இருந்த முக்கியத்துவத்தை எடுத்துரைக்க விழையும் சூழலியலாளர் பாமயன் தரும் பார்வையும் கவனம் பெறத்தக்கது. அவர்தம் பார்வை வருமாறு:

"தமிழர்களின் மெய்யியல் என்பது இறைமைக் கோட்பாடுகளை அடிப்படையாகக் கொண்டதன்று. அஃது இயற்கைக் கோட்பாடான திணையக் கோட்பாட்டை அடிப்படையாகக் கொண்டது." (திணையியல் கோட்பாடு, ப.13)

என்று உறுதிப்பட உரைக்கிறார். முதற்பொருளில் முதன்மையாக விளங்கும் நிலத்தை அடையாளப்படுத்த, மாயோன், சேயோன், வேந்தன், வருணன் (தொல்.பொருள்.5) என்று கடவுளர் பெயர்களை ஏன் தொல்காப்பியர் சுட்டவேண்டும் என்கிற கேள்வியும் எழுகிறது. அதேபோல், கருப்பொருளில் 'தெய்வம் உணாவே மா மரம்' (தொல்.பொருள்.20) என்று குறிப்பிட்டுச் செல்கிறார். ஆனால், இக்கடவுளர்கள் யாவும் அந்தந்தப் பண்பாட்டுச் சூழலில், அந்தந்த இயற்கை வளமையின் அடையாளங்களாகவும் அந்நிலங்களின் பாதுகாவலர்களாகவும்தான் அறியப்படுகின்றனர் என்பதையும் இங்கு விளங்கிக் கொள்ளவேண்டும். ஆக, நிலமாகிய இயற்கையினாலேயே கடவுளர்களும் அவர்தம் கடமைகளும் பண்புகளும் அமைந்தன என்பது புலனாகின்றது.

சூழலியல் பேச நினைக்கும் மிக முக்கியப் பிரச்சனை கணம்தோறும் உண்டாகும் மாசுக்களும் கழிவுகளும் அவற்றால் இயற்கைக்கு உண்டாகும் பாதிப்புகளும்தான். அவ்வகையில்,

அன்றாட வாழ்வியலில் மாசு / கழிவு உள்ளிட்ட தேவையற்ற குப்பைகளை உற்பத்திச் செய்யும் வேலையில் மனிதர்தான் முதலிடத்தில் உள்ளனர். அதேவேளை, நாகரிக வாழ்வியலுக்குள் மனிதர் உண்டாக்கக்கூடிய கழிவுகள் மக்கும் குப்பைகள் - மக்காத குப்பைகள் என்று அவற்றின் தன்மையைப் பொறுத்துத் தரம் பிரிக்கப்படுகின்றன. ஆனால், இவை யாவற்றையும் அகற்றும் பணி ஒன்று மனிதராலோ, மற்றொன்று மனிதரால் கண்டறியப்பட்ட இயந்திரங்களாலோ சாத்தியப்படுகிறது என்பதையும் உற்று நோக்கவேண்டும். இந்த இடத்தில், பண்பாட்டின் வகிபாகம் முக்கியத்துவம் பெறுவதையும் எண்ணிப்பார்க்க வேண்டும். இந்தியச் சூழலில் இத்தகைய குப்பைகள் அகற்றும் தொழில்நுட்பம் இதுவரை எப்படி இருந்தது என்பதைத் திரும்பிப் பார்க்கவேண்டும். இவ்விடத்தில், தமிழ்ச் சூழலிலிருந்து ஏன் இந்தியச் சூழல் என்ற தளத்திற்குள் உரையாடல் நகர்கிறது என்கிற வினா எழக்கூடும். நால்வர்ண அடிப்படையில் பிரிக்கப்பட்ட இந்தியப் பண்பாட்டியல் மனிதரிடையே 'சூத்திரர்' என்னும் பிரிவினருள் சில கிளைப்பிரிவினரும், அவர்ணத்தார் எனப்படும் இழிபிறப்பாளர்களும் கழிவுகள் அகற்றும் பணிகளை மேற்கொண்டு வந்துள்ளனர் என்பதற்குப் பண்பாட்டு ரீதிய சான்றுகள் இந்தியச் சூழலில் இன்றும் கிடைக்கின்றன. எனில், தமிழ்த் திணைப் பண்பாட்டினைக் காட்டிலும் இந்தியப் பண்பாட்டில் கழிவுகள் அகற்றும் தொழில் பற்றிய பார்வை மிகத் தெளிவாகப் புலப்படுகின்றன. அதேவேளை, தமிழ்த் திணைக்குடி வாழ்வியலில் உள்ள ஏற்றத் தாழ்வுகளைச் சங்கப் பாடல்களில் காணலாகும் 'இழிசனன்', 'புலையன்' போன்ற சொற்களின் வாயிலாக, கா.சிவத்தம்பி, கோவை ஞானி, க.பஞ்சாங்கம், பக்தவச்சலபாரதி, ந.முருகேசபாண்டியன், நக்கீரன் உள்ளிட்ட பலர் விளிம்பு நிலைப் பார்வையில் எடுத்தியம்பியுள்ளனர். 'பழந்தமிழ் இலக்கியத்தில் விளிம்பு நிலையினர்' எனும் தனி நூலைத் தந்திருக்கிறார், ந.முருகேசபாண்டியன். அதேபோல், தமிழ்ப் பண்பாட்டில் ஏற்பட்ட ஆரியப் பண்பாட்டின் கலப்பால் உருவான சாதிய ஏற்றத் தாழ்வுகளின் மூலமாக, சாதியால் பிற்படுத்தப்பட்ட மக்கள் எங்ஙனம் இத்தகைய கழிவுகள் அகற்றும் பணிகளுக்குத் தள்ளப்பட்டனர் என்பது பற்றி 'சூழலும் சாதியும்' என்னும் நூலில் தனித்தனிக் கட்டுரைகள் மூலம் விரிவாக எடுத்துரைக்கிறார், நக்கீரன்.

திணைக்கோட்பாடும் சூழலியலும் - நாட்டுப்புறவியல் நோக்கு

திணைக் கோட்பாட்டை விவரித்த தொல்காப்பியத்தின் வழிநின்று, அகத்திணைச் செயற்கூறுகளான சந்திப்பு (இயற்கைப் புணர்ச்சி), இடந்தலைப்பாடு, நலம்புனைந்துரைத்தல், குறியிடம், பகற்குறி, இரவுக்குறி, அலர், இற்செறிப்பு, நொதுமலர் வரைவு, உடன்போக்கு, அறத்தொடு நிற்றல் முதலானவற்றைத் தற்கால நாட்டுப்புறப் பாடல்களில் காணலாகும் குறிப்புகளைக் கொண்டு நிறுவுகிறார், முனைவர் நா.இளங்கோ. நாட்டுப்புறவியலின் பாடுபொருண்மையானது எங்ஙனம் எளியவர்களின் பக்கமும் சமூகப் பெருங்கதையாடல்களிலிருந்து புறந்தள்ளப்பட்ட மனிதர்களின் வாழ்வியல் பற்றியும் கவனம் கொள்கிறது என்பதை, அகத்திணைப் பிரிவுகளின் வழி முன்மொழிகிறார். அக்கூற்றுப் பின்வருமாறு:

> "சங்க இலக்கியத்தில் அதிகம் பாடப்படாத நிலமில்லாத் திணைகளான கைக்கிளை, பெருந்திணை ஆகிய திணைகளில் கைக்கிளைத் திணை பக்தி இலக்கியங்களிலும் சிற்றிலக்கியங் களிலும் பாடுபொருளாயின. தற்காலத் தமிழ்க் கவிதைகளில் பெருந்திணைப் பாடல்கள் பெருவழக்காய் உள்ளன. எனவே காலத்திற்கேற்ற பாடுபொருள் மாற்றங்கள் தமிழின் திணைக் கோட்பாட்டிலும் தவிர்க்க முடியாதனவாகி விட்டன. ஆனால் நாட்டுப்புற இலக்கியங்களோ கைக்கிளைப் பெருந்திணைப் பாடல்களை ஒருபோதும் ஒதுக்கியதில்லை. அடியோரும் வினைவலரும் அங்கே பாட்டுடைத் தலைவர்களாவர். சுட்டி ஒருவர் பெயர் கொளப் பெறுவதும் இங்கே இயல்பாகும். பாங்கன் பாங்கியர்களுக்கு இங்கே இடமில்லை. தலைமக்களே நேருக்கு நேர் உரையாடி உறவாடி மகிழ்வது இங்கே இயல்பு. அகப்பாடல்களில் அதிகம் பேசாத தலைவி இங்கே நிறையப் பேசுவாள், சண்டையிடுவாள், சாபம் விடுவாள், எதிர்க்குரல் எழுப்புவாள். நாட்டுப்புறக் காதல் பாடல்கள் கோட்பாடுகளைக் கடந்த மக்கள் இலக்கியம், இதுவே நாட்டுப்புற இலக்கியங்களின் இலக்கியக் கோட்பாடு." (உள்ளதன் நுணுக்கம், ப.187)

திணைக் கோட்பாட்டில் இருந்த பாரபட்சத் தன்மையை உய்த்துணர்வதற்கு மேற்சுட்டிய கூற்றுத் துணைநிற்பதாய் உள்ளது.

திணைக் கோட்பாட்டின் விரிவை அய்யப்ப பணிக்கர், கோவை ஞானி போன்றோரின் முன்மொழிவுகள் கொண்டு பேரா.க.ஜவஹரும் ஏற்றுக் கொள்வதை இங்கு நினைவுகூர வேண்டும். அதேவேளை, பேரா. நா.இளங்கோ முன்வைக்கும் திணைக் கோட்பாட்டின் சறுக்கல்களையும் உள்வாங்கிக் கொள்ளவேண்டியது, தமிழ்ச் சமூகத்திற்கு மேலும் நலம் பயக்கும்.

பேரா.இரா.காமராசு தொகுத்த 'தமிழ் இலக்கியத் திறனாய்வுக் கோட்பாடுகள் – மரபும் புதுமையும்' எனும் நூலில், சூழலியல் தொடர்பான இரண்டு கட்டுரைகள் இடம்பெற்றுள்ளன. இதில், க.குளத்தூரானின் 'சூழலியல் திறனாய்வு' என்கிற கட்டுரை வரலாற்று ரீதியில் 'சூழலியல்' குறித்த பிரச்சனை எங்ஙனம் எழுந்தது, அந்த உரையாடல்களை எழுப்பிய அறிஞர்களின் பார்வைகள் என்று மிக நுணுகிய முறையில் மேற்கத்தியப் பார்வைகளை விரிவாக அறிமுகப்படுத்தியிருக்கிறார். அடுத்தபடியாக, 'சூழலியல் கோட்பாடுகள்' எனும் தலைப்பிலான வேறொரு கட்டுரையில் நாட்டுப்புறவியல் கண்ணோட்டத்துடன் 'சூழலியல்' என்பதில் உள்ள 'சூழல்' என்கிற சொல்லின் மூலமாக, புதிய விளக்கத்தினைக் கண்டடைகிறார், கட்டுரையாசிரியர் பேரா.ஆ.சண்முகம்பிள்ளை. ஆனால், இச்சொல்லை இன்றைக்குப் புழங்கும் இயற்கை மையம் அல்லது இயற்கைச் சீர்கேடுகளை மையமிட்டதாக இவர் பொருள்கொள்ளவில்லையோ எனத் தோன்றுகிறது. அக்கூற்றுப் பின்வருமாறு:

> "எதற்கும் ஒரு காலமுண்டு என்று கூறுவது போன்று நாட்டுப்புற வழக்காறுகள் எதற்கும் ஒரு சூழல் உண்டு: ஒரு வழக்காற்றின் உள்ளடக்கம் செய்திகள், விளக்கங்கள் பல பண்பாட்டில் ஒன்று போலிருப்பினும் சூழல்கள் மாறுபடுகின்றன. நாட்டுப்புற வழக்காற்றுப் பனுவல்கள் சூழல்களுக்குக் கட்டுப்பட்டவை. சூழலின்றி சேகரிக்கப் பெற்ற பனுவல்கள் வெறுமையாகிவிடுகின்றன. சூழலில்தான் செயல் ஊக்கமுள்ள பொருள்கள் வெளிப்படுகின்றன. பனுவல்கள் குறிப்பிட்ட பண்பாட்டுக்கு அவை வழங்கும் சமுதாய மொழிகளுக்கு உட்பட்டவை" (தமிழ் இலக்கியத் திறனாய்வுக் கோட்பாடுகள், ப.247)

என்கிறார். இங்கு, நாட்டுப்புறத் தரவுகள் பனுவலாக்கம் செய்யப்படுதலின்போது எதிர்கொள்ளும் சிக்கலை மையமிட்டுச்

'சூழல்' என்கிற சொல் விவரிக்கப்பட்டிருப்பதைக் கண்டுகொள்ள முடிகிறது. 'எந்தவொரு செயல்பாட்டிற்கும் ஒரு சூழல் அமைவது இயல்பு' என்கிற புரிதலைக் கடத்த முயல்கிறார், இவர். எனினும், 'சூழல்' என்பது வெறுமனே செயல் வடிவம் என்பதைக் காட்டிலும், மனிதருக்கும் இயற்கைக்கும் இடையீடாய் நிகழ்கிற ஊடாட்டம் என்கிற பரந்த தளத்தில் இதனைப் புரிந்துகொள்ள வேண்டியுள்ளது.

சூழலியல் பார்வையில் மீள்வாசிப்புக்குள்ளாகும் ஆளுமைகளும் கருத்தாக்கங்களும்

முன்னர் குறிப்பிட்டபடி, திணைக் கோட்பாட்டைத் தொல்காப்பியத்திலிருந்து வரித்துக்கொண்டோமானால், சூழலியல் திறனாய்வை மேற்கத்தியத் திறனாய்வறிஞர்களின் சிந்தனைகளிலிருந்து வார்த்தெடுத்துக் கொள்ளவேண்டியுள்ளது. திணைக் கோட்பாட்டின் மகத்துவத்தை ஏராளமான தமிழறிஞர்கள் நுணுகி ஆராய்ந்துள்ளனர். புதிய புதிய ஆளுமைகளும் அவ்வழியில் அடையாளம் காணப்படுகின்றனர். இயற்கை வாழ்வியல் அறிஞர் கோ.நம்மாழ்வாரின் கருத்துகள் நூலாக்கமாகவும், செயலாக்கமாகவும், வாழ்வியல் முறையாகவும் நடைமுறை பெற்று வருவதைத் தமிழ்ச் சமூகம் அறியும். அதேபோல், சூழலியல் கோட்பாட்டின் தளமும் பன்முகக் கோணங்களில் இன்று அணுகப்படுகிறது. அமெரிக்க ஓரிகான் பல்கலைக்கழகச் சமூகவியல் பேராசிரியர் ஜான் பெல்லமி ஃபாஸ்டர் என்பாரின் முயற்சிகள், சூழலியல் பார்வையில் மார்க்சின் கருத்துகளை விளக்கம்பெறச் செய்திருக்கின்றன. இவரின் 'மார்க்சும் சூழலியலும்' என்னும் குறிப்பிடத்தக்க நூலைத் தமிழில் மு. வசந்தகுமார் மொழிபெயர்த்து அளித்திருக்கிறார். அதேபோல், வினா – விடைத் தொகுப்புமுறை உத்தியில் வெளிவந்திருக்கும் 'மார்க்சிய சூழலியல் – ஓர் அறிமுகம்' எனும் அருண் நெடுஞ்செழியனின் நூலும் கணக்கிற்கொள்ளத் தக்கது. கோ.லீலா என்பாரின் 'அம்பேத்கரும் சூழலியலும்' எனும் நூல் சமீபத்தில் படைப்புக் குழுமத்தின் வாயிலாக வெளிவந்திருக்கிறது. தமிழ் மொழிக்கு இத்தகைய வரவுகள் இன்றைக்கு அவசியமாகின்றன. சமீபக் காலங்களில் தலித்தியம், பெண்ணியம், மானிடவியல், இனவரைவியல் உள்ளிட்ட பிற அறிவுத் துறைக் கோட்பாடுகளைக் கொண்டுத் தமிழ்ச் சூழலில்

ஆய்வுகள் நடைபெறுவதுபோலவே, சூழலியல் திறனாய்வைக் கொண்டு நிகழ்த்தப்பெறும் கல்விப்புல ஆய்வுகளும் கணிசமாகப் பெருகி வருகின்றன என்பதையும் குறிப்பிட்டாக வேண்டும்.

நிறைவாக, உலகமயமாக்கல் சூழலில், இன்றைய நவீன மனிதர்கள் இருபெரும் நெருக்கடிகளுக்குள் சிக்கியுள்ளனர். ஒன்று பணம்; மற்றொன்று, நோய். இவ்விரண்டிற்கும் மூலக்காரணியாக விளங்குவது, மனிதரின் ஆதிக்க மோகம் எனலாம். அதை நிறைவேற்றும் கருவி, மனித உடல். இயற்கையின் அங்கமான மனித உடலைப் பேணவே இந்த வாழ்வியல் போராட்டம். அதை, சுகப்படுத்தவும் அழகுபடுத்தவும் அதிகாரத்துவப்படுத்தவும் முயல்வதே வாழ்வின் முதன்மை நோக்கமாக அமைந்துவிடுகிறது. ஆனால், விந்தை என்னவென்றால், அதனை முறையாகக் கையாளாமல் போவதால் ஏற்படும் நோய்மைக்குள் சிக்கி இடர்படும் அவலப் போராட்டமாக இன்றைய வாழ்க்கை மாறி உள்ளது. அதாவது, இயற்கையின் இயல்பு தன்மை மனித அறிவால் குலைக்கப்படும்போது ஏற்படும் எதிர்வினைகளே நோய்மைகளாக உருக்கொள்கின்றன எனலாம். அதற்காக, முற்று முழுதாக இயற்கையைச் சீர்குலைக்காத வாழ்க்கை சாத்தியமாகுமா என்றால், இல்லை என்றே விடை கிட்டும். ஆனால், சீர்குலைப்பிற்கான காரணங்கள் மனிதனால் அறியப்படாமல் இல்லை. ஒரு வகையில், மொழியே இயற்கையையும் மனிதரையும் எந்த அளவிற்கு இணக்கப்படுத்துகிறதோ அந்த அளவிற்கு அந்நியப்படுத்துகிறது. இந்நோக்கில், இயற்கையைத்தன்வயப்படுத்தும் செயல்முறைகளைக் கொண்டு விளைந்தவையே திணை இலக்கியப் பிரதிகள் என்பது ஒருவாறு புலப்படுகிறது. தன்னிலையை உயர்த்தி, தனக்குக் கீழ் / தன் கட்டுப்பாட்டில் / தன் மொழிப் பரப்புக்குள் நிலமும் பொழுதுமான வெளியாக இயற்கையைக் கொணர்வதன் மூலம், மனிதரின் ஆதிக்க உணர்வு பண்டைத் தொட்டு இன்று வரை நீடித்து வருவது புலனாகின்றது. சான்றுக்கு, 'தாய்மண்' / 'தாய்நாடு', 'தாய்மொழி' போன்ற சொல்லாடல்களுக்குப் பின்னால் இருக்கும் நுண்ணரசியலை இதன்மூலம் கண்டடையலாம். இத்தகைய அதிகாரத்துவக் கருத்துருவைப் புரிந்துகொள்ளச் சூழலியல் திறனாய்வு என்ற அளவுகோல் சமகாலத்தில் தேவைக்குள்ளாகிறது.

முன்னுரையில் சுட்டப்பட்ட பேரா.க.பஞ்சாங்கம் கூற்றின் மீதான மீள்பார்வையாக இக்கட்டுரையானது விரிந்து நிற்கிறது. அவ்வகையில், சூழலியல் திறனாய்வின் கிளைகள் தமிழ் இலக்கியவெளியில் பரவி வளர்ச்சிக் கண்டுள்ளன என்பது தெரியவருகிறது. அதேவேளை, தமிழ்ப் பண்பாட்டினோடு பிற துறை அறிவுப்புலங்கள் நிகழ்த்தும் உரசல்களில் உள்ள நுட்பங்களைத் திணைக் கோட்பாட்டையும் சூழலியல் திறனாய்வையும் கொண்டு விளக்கியுள்ளது. கூடுதலாக, திணை வாழ்வியலுக்கும் நவீன வாழ்வியலுக்குமான ஊடாட்டங்களைச் சில சான்றுகளுடன் ஒப்புமைப்படுத்தி நோக்கப்பட்டுள்ளன. ஆனால், ஒன்றை மட்டும் நினைவில் கொள்ளவேண்டும். மனித அறிவுத் தேடல் என்பதே பிரபஞ்சத் தோற்றத்தைப் பேசுவதிலிருந்து ஆரம்பமானதுதான். இந்தப் பிரபஞ்சம் / உலகம் கடவுளால் / இறையாற்றலால் படைக்கப்பட்டதா? (கருத்துமுதல்வாதம்), பொருட்களின் முரண்காரணிகளால் உருவானதா? (பொருள்முதல்வாதம்) என்கிற முரண் கருத்துகளின் உரையாடலில் உருவான இந்தத் தேடல் என்பதே இயற்கைக்கும் மனிதனுக்கும் இடையிலான புரிதல் போராட்டமாக இருந்து வந்திருக்கிறது. எனவே, மனித மொழிக்குள் அல்லது புரிதலுக்குள் கொணரப்படும் யாவும், மனிதமய (Human Centric) கருத்தாக்கங்களாகவே உருமாறிவிடுகின்றன; மனிதனுக்கும் பிறவற்றுக்குமான தொடர்புகள் அடிப்படையில் அவை மனிதனை முன்னிலைப்படுத்தி நோக்கப்படுகின்றன. ஆனால், சூழலியல் பார்வையானது இதற்கு நேரெதிரான நிலைப்பாட்டைக் கொண்டிருப்பது. உலகின் எந்தவோர் உயிரியும் அதனதன் வாழ்தல் தன்மைகளோடு இயல்பாக வாழவேண்டியவையே என்கிற இயற்கைமய / புவிமய (Nature Centric / Geo Centric) நோக்குடையதாகச் சூழலியல் தன்னை அறிவித்துக் கொண்டுள்ளது. ஆனால், மனிதருக்குள் தோன்றியுள்ள இந்த நிலைப்பாடும் எந்த அளவிற்கு இந்த நோக்கத்தை நிறைவேற்றுவதாக அமையும் என்பதையும் பொறுத்திருந்துதான் பார்க்க வேண்டும்.

துணை நின்றவை

1. இரத்தினக்குமார்.ந., திறனாய்வுக் கோட்பாடுகளும் பன்முக வாசிப்புகளும், 2016, கயல்கவின் பதிப்பகம், சென்னை.
2. இளங்கோ.நா., உள்ளதன் நுணுக்கம் (செம்மொழி இலக்கிய

ஆய்வுகள்), 2022, மலையருவி இலக்கியப் பாசறை, புதுச்சேரி.
3. காமராசு.இரா. (தொ.ஆ.), தமிழ் இலக்கியத் திறனாய்வுக் கோட்பாடுகள், 2018, சாகித்திய அகாதெமி, சென்னை.
4. கார்த்திகேசு சிவத்தம்பி, பண்டைத் தமிழ்ச் சமூகம் – வரலாற்றுப் புரிதலை நோக்கி, திருத்திய இரண்டாம் பதிப்பு 2019, நியூ செஞ்சுரி புக் ஹவுஸ், சென்னை.
5. தனஞ்செயன்.ஆ., சங்க இலக்கியமும் பண்பாட்டுச் சூழலியலும், 2023, பரிசல் புத்தக நிலையம், சென்னை.
6. நக்கீரன், தமிழ் ஒரு சூழலியல் மொழி, 2022, காடோடி பதிப்பகம், திருவாரூர்.
7. நக்கீரன், சூழலும் சாதியும், 2023, காடோடி பதிப்பகம், திருவாரூர்.
8. பஞ்சாங்கம்.க., இலக்கியமும் திறனாய்வுக் கோட்பாடுகளும், 2014, அன்னம், தஞ்சாவூர்.
9. பஞ்சாங்கம்.க., பஞ்சாங்கம் கட்டுரைகள் – தொகுதி II (இலக்கியத் திறனாய்வு), 2010, காவ்யா வெளியீடு, சென்னை.
10. பரமசிவன்.தொ., அறியப்படாத தமிழகம், பதிமூன்றாம் பதிப்பு 2013, காலச்சுவடு பதிப்பகம், நாகர்கோயில்.
11. பாமயன், திணையியல் கோட்பாடு, 2019, தடாகம் வெளியீடு, சென்னை.
12. பூரணச்சந்திரன்.க., சான்றோர் தமிழ், 2018, பிறழ் வெளியீடு, மதுரை.
13. வின்சென்ட்.ச., திறனாய்வுக் கோட்பாட்டாளர்களும் கோட்பாடுகளும், 2019, பிறழ் வெளியீடு, மதுரை.
14. ஜவஹர்.க., திணைக் கோட்பாடும் தமிழ் இலக்கிய மரபும் (முனைவர் பட்ட ஆய்வேடு), 2008, பாரதியார் பல்கலைக்கழகம், கோயம்புத்தூர்.

- அண்ணாமலைப் பல்கலைக்கழகம் சிதம்பரம், கலைஞன் பதிப்பகம் – சென்னை, கவிமாலை – சிங்கப்பூர் ஆகியவை இணைந்து நடத்திய பன்னாட்டுக் கருத்தரங்கில் நவம்பர் 24, 2024 அன்று சிங்கப்பூரில் வாசிக்கப்பெற்ற கட்டுரை.

●

இரா. வீரமணி

திருப்பத்தூர் மாவட்டத்தில் உள்ள 'மல்லப்பள்ளி' என்கிற சிற்றூரைச் சேர்ந்தவர். திருப்பத்தூர், தூய நெஞ்சக் கல்லூரியில் இளங்கலைத் தமிழும், புதுவைப் பல்கலைக்கழகச் சுப்பிரமணிய பாரதியார் தமிழியற்புலத்தில் முதுகலைத் தமிழும் பயின்றவர். இளங்கலைப் பட்டம் பெற்ற கல்லூரியிலேயே உதவிப் பேராசிரியராக ஓராண்டு (2021-22) பணியாற்றும் வாய்ப்பினைப் பெற்றவர். பத்தாம் வகுப்பில் முதலிடம் பெற்றதற்காக, 'கோசலை விருது' (தங்கப் பதக்கம்) பெற்றவர். இளங்கலைத் தமிழிலும் முதல்நிலை மாணவராகத் தேர்ச்சி பெற்றுத் தங்கப் பதக்கம் வென்றவர். திருநெல்வேலி தனித்தமிழ் இலக்கியக் கழகம் நடத்திய மாநில அளவிலான ஆய்வுக் கட்டுரைப் போட்டியில் (2024-25) முதலிடம் பெற்று, தங்கப் பதக்கம் வென்றவர். தற்போது, புதுவைப் பல்கலைக்கழகச் சுப்பிரமணிய பாரதியார் தமிழியற்புலத்தில் முனைவர் பட்ட ஆய்வினை மேற்கொண்டு வருகிறார். சங்க இலக்கியங்கள் தொடங்கி நவீன இலக்கியங்கள் வரையிலான தமிழ்ப் பெருவெளியில் பயணித்து வருபவர். தமிழ் மற்றும் மேலை இலக்கியத் திறனாய்வுக் கோட்பாட்டுச் சிந்தனையாளர்கள், அவர்தம் திறனாய்வுக் கோட்பாடுகள் குறித்துப் பயில்வதிலும் எழுதுவதிலும் ஆர்வம் கொண்டவர்.

தொடர்புக்கு:
எண். 7/139, மல்லப்பள்ளி (அஞ்சல்),
நாட்றம்பள்ளி (வட்டம்),
திருப்பத்தூர் மாவட்டம் - 635 854.
அழைக்க : 8015870459, 9342611131
மின்னஞ்சல் : veeramaniraja98@gmail.com